ንጉሥ ሰሎሞን

መሥሪያ መጽሐፍ

ንጉሥ ሰሎሞን መሥሪያ መጽሐፍ
ከጁዊሽ ቮይስ ኢንተርናሽናል ጋር በመተባበር የተዘጋጀ

ባይብል ፓዝዌይ አድቬንቸር የBPA አታሚ ንግድ ምልክት ነው።

ISBN: 978-1-998142-16-3

ደራሲ - ረዳት መሥራች ፒፕ ሬይድ
ዳይሬክተር - ረዳት መሥራች ከርቲስ ሬይድ

ከለር የሚደረጉትን ገጾች ጨምሮ መጽሐፍ ቅዱስ ማጥኛዎችን፣ መሥሪያ ገጾችን፣ ጥያቄና መልሶችንና ሌሎች ነገሮች በተመለከተ ቀጥሎ ያለው ዌብሳይታችንን ይጎብኙ

www.biblepathwayadventures.com
www.jewishvoice.org

◦◇ መግቢያ ◇◦

‹‹ልጅን የሚሄድበትን መንገድ አስተምረው፤ በሚሸምግልበት
ጊዜ ከዚያ ፈቀቅ አይልም፡፡››
(ምሳሌ 22፥6)

ጂዊሽ ቮይስ ኢንተርናሽናል በዓለም ዙሪያ ላሉ ልጆች ዜሕራ ሕፃናት በተሰኘ የትምህርት ፕሮግራም መጽሐፍ ቅዱስ ማጥኛ ለማዘጋጀት ከባይብል ፓዝዌይ አድቬንቸር ጋር ይሠራል፡፡ ይህ መሥሪያ መጽሐፍ በሰማያዊ ጥሪ እና ዓላማ ያድጉ ዘንድ ትውልድ እንዲባረክበት እንጸልያለን፡፡

ባይብል ፓዝዌይ አድቬንቸር አዝናኝ በሆነና ፈጠራ በታከለበት መንገድ ለልጆች መጽሐፍ ቅዱሳዊ እምነት እንዲያስተምሩ መምህራንን ይረዳል፡፡ ይህንንም የምናደርገው www.biblepathwayadventures.com በተሰኘው ዌብሳይታችን ውስጥ በሚገኘው ስዕላዊ የታሪክ መጻሕፍት፣ መሥሪያ መጻሕፍት እና በሌሎች ሕትመት ውጤቶች አማካይነት ነው፡፡

◇◆ ማውጫ ◆◇

Jewish Voice Ministries International

ትምህርት 1 | የትምህርቱ ዕቅድ

ሰሎሞን ንጉሥ ሆነ

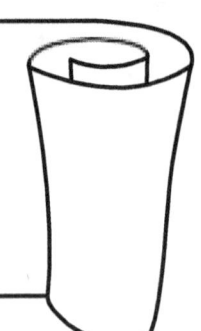

አስተማሪው :- ___________________________

የዛሬው የመጽሐፍ ቅዱስ ምንባብ፦ 2ሳሙኤል 11፣ 1 ነገሥት 1፡ 1-53

የእንኳን መጣችሁ ጸሎት፡-

ትምህርቱን ከመጀመርህ በፊት ከልጆቹ ጋር አጭር ጸሎት አድርግ።

የትምህርቱ ግቦች፡-

በዚህ ትምህርት ልጆቹ፡-

1. አዶንያስ ንጉሥ መሆን ለምን እንደ ፈለገ
2. ሰሎሞን ለንጉሥነት መቀባቱን ይማራሉ

ይህን ታውቃላችሁ?

ሦስተኛው የንጉሥ ዳዊት ልጅ አቤሴሎም (ከማዕካ የተወለደው) እርሱን ለማውረድና ንጉሥ ለመሆን ሞከረ (2ሳሙኤል 15)

የመጽሐፍ ቅዱስ ትምህርት ዳሰሳ፡-

ንጉሥ ዳዊት የእስራኤልንና የይሁዳን ምድር ለብዙ ዓመቶች ገዛ። በዚህ ጊዜ ቤርሳቤህን አግብቶ፣ ሰሎሞን የሚባል ልጅ ተወለደ። አንድ ቀን ሰሎሞን መንግሥቱን እንደሚገዛ ዳዊት ለቤርሳቤህ ቃል ገባላት። ነገር ግን መልከ መልካም የነበረው የሰሎሞን ታላቅ ወንድም አዶንያስ ንጉሥ ለመሆን ፈለገ! አዶንያስ ንጉሥ ለመሆን እየተዘጋጀ እንደ ነበር ቤርሳቤህ ስትሰማ ወሬውን ለዳዊት ለመንገር ሮጠች። ዳዊት አገልጋዮቹን፣ ሰሎሞንን ወደ ግዮን ምንጭ ወስዳችሁ ዘይት ቀቡት፤ እርሱ ቀጣዩ ንጉሥ ይሆናል አላቸው። የዳዊትም አገልጋዮች ሰሎሞንን በበቅሎ አስቀምጠው ወደ ግዮን ወሰዱት። ሊቀ ካህኑ ሳዶቅ ንጉሥ ሊያደርገው ሰሎሞን ራሱ ላይ ዘይት አፈሰሰ። ሰው ሁሉ ሾፋር መለከት ነፋ፤ ታላቅ በዓል አደረጉ። አዶንያስ ችግር ላይ መሆኑን አወቀ። ሰሎሞን ግን ምሕረት አደረገለትና በሕይወት ኖረ፦

Jewish Voice Ministries International

ትምህርቱን እንከልስ፡-

ለተማሪዎቹ ጥያቄዎች፡-

1. የሰሎሞን ወላጆች እነማን ነበሩ?
2. ቀጣዩ ንጉሥ ማን እንደሚሆን ነበር ዳዊት ለሚስቱ ቃል የገባላት?
3. ዳዊት ለአገልጋዮቹ ምን የሚል መመሪያ ነበር የሰጣቸው?
4. ሰሎሞን ንጉሥ ለመሆን እንዴት ነበር የተቀባው?
5. ሰሎሞን ለአዶንያስ ምሕረት ያደረገለት ለምን ይመስላችኋል?

የእግዚአብሔርን ቃል እንዲያስታውሱ ልጆችን ለመርዳት በቃል የሚያዝ ጥቅስ፡-

በእስራኤልና በይሁዳ ንጉሥ እንዲሆን ሰሎሞንን ሾሜአለሁ (1 ነገሥት 1፡35)

የሚደረጉ ነገሮች፡-

መሥሪያ ገጽ፦ አዶንያስ ማን ነበር?
አጭር የመጽሐፍ ቅዱስ ጥያቄ፦ ሰሎሞን ንጉሥ ሆነ
ጠመዝማዛ መንገድ፦ ወደ ግዮን ምንጭ እንዲሄድ ሰሎሞንን እርዱ
ስለ ሳዶቅ፦ ሊቀ ካህኑ ሳዶቅ
ቃሉ ምን ይላል፦ ሳዶቅ ሰሎሞንን ቀባው
መሥሪያ ገጽ፦ ወይራ ዛፍ
መልስ መስጠት፤ ከለር መቀባት፦ የእስራኤል ንጉሥ
ከለር መቀባት፦ የግዮን ምንጭ
ዕብራይስጥ እንማር፦ ሾፋር

የመዝጊያ ጸሎት

በአጭር ጸሎት ትምህርቱን አብቃ።

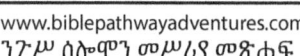

አዶንያስ ማን ነበር?

አዶንያስ የንጉሥ ዳዊት አራተኛ ልጅ፣ የንጉሥ ሰሎሞን ታላቅ ወንድም ነበር። ጀብደኛ ነበር፣ ቀጣዩ የእስራኤል ንጉሥ ለመሆን ይፈልግ ነበር። የሰራዊቱ አዛዥ ኢዮአብን፣ ከህኑ አብያታርን ጨምሮ ብዙ ሰዎች ደግፈውት ነበር። ሌላው ቀርቶ በዘሔልት ድንጋይ አጠገብ ለራሱ የንጉሥነትን ክብረ በዓል አድርጎ ነበር። ሆኖም፣ ነቢዩ ናታንና ቤርሳቤህ ሰሎሞንን ቀጣዩ የእስራኤል ንጉሥ እንዲያደርገው ዳዊትን አሳመኑት። ንጉሥ እንዲሆን ሰሎሞን መቀባቱን አዶንያስ ሲሰማ፣ ችግር ላይ መሆኑን አወቀ። በዳዊት ከተማ መገናኛ ድንኳን ውስጥ ወደ ነበረው መሠዊያ በመሸሸ መጠጊያ ፈለገ። ሰሎሞን ለወንድሙ ምሕረት አደረገለት፤ አልገደለውም። ሆኖም አዶንያስን ከነበረበት ሹመትና ደረጃ አወረደው። ከታች ላሉት ጥያቄዎች መልስ ስጡ፦

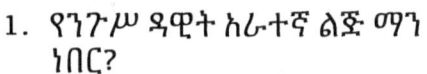

1. የንጉሥ ዳዊት አራተኛ ልጅ ማን ነበር?
2. ከአዶንያስ ይልቅ ሰሎሞንን ንጉሥ እንዲያደርገው ንጉሥ ዳዊትን ያሳመኑ እነማን ናቸው?
3. ሰሎሞን ለንጉሥነት መቀባቱን ሲሰማ አዶንያስ ምን ነበር ያደረገው?
4. ሰሎሞን ለአዶንያስ ምሕረት ያደረገለት ለምን ይመስላችኋል?

1. ....
2. ....
3. ....
4. ....

ሰሎሞን ንጉሥ ሆነ

1 ነገሥት 1፥1-53 አንብቡ። ከታች ላሉት
ጥያቄዎች መልስ ስጡ።

1. የዳዊትና የአጊት ልጅ ማን ነበር? ....
2. አዶንያስ ንጉሥ እንዲሆን የረዱት ሁለት ሰዎች እነማን ነበሩ? ....
3. የሰሎሞን እናት ማን ናት? ....
4. አዶንስ ንጉሥ ለመሆን እንደሚፈልግ ለቤርሳቤህ የነገራት ማን ነበር? ....
5. ዳዊት የጠራቸው ሦስት ሰዎች እነማን ነበሩ? ....
6. ሰሎሞንን ወደ ግዮን የወሰደ ማን ነው? ....
7. ሰሎሞን ወደ ግዮን የሄደው ምን ላይ ተቀምጦ ነበር? ....
8. ሰሎሞንን የቀባው ማን ነው? ....
9. ሰሎሞን ንጉሥ ለመሆን ከተቀባ በኋላ ሕዝቡ ምን ነበር የነፉት? ....
10. ሕይወቱን ለማዳን አዶንያስ ምን ነበር የያዘው? ....

ሰሎሞን ለንጉሥነት ተቀባ

ሰሎሞንን ወደ ግዮን ምንጭ ወስደው ቀጣዩ ንጉሥ ለመሆን እንዲቀቡት ንጉሥ ዳዊት ለሰዎች ተናገረ። ወደ ግዮን ምንጭ እንዲሄድ ሰሎሞንን እርዱት

Jewish Voice Ministries International

ሊቀ ካህኑ ሳዶቅ

ሳዶቅ በዳዊትና በሰሎሞን ንጉሥነት ዘመን የእስራኤል ሊቀ ካህን ነበር። ልጁ አቤሴሎም ባመፀ ጊዜ ንጉሥ ዳዊትን ረድቶታል፤ ንጉሥ እንዲሆን በግዮን ምንጭ ሰሎሞንን ቀብቶታል። ሰሎሞን በኢየሩሳሌም ቤተ መቅደስ ከሠራ በኋላ፣ ሳዶቅ እዚያ ለማገልገል የመጀመሪያው ሊቀ ካህን ነበር።

ሊቀ ካህን አሥራ ሁለት ዕንቁዎች የያዘውን የደረት ልብስ ጨምሮ፣ የተለያዩ ዐይነት ልብሶች ይለብስ ነበር። እያንዳንዱ ዕንቁ ከአሥራ ሁለቱ የእስራኤል ነገዶች አንዱን ይወክላል። 1 ነገሥት 1፤ ዘፀአት 28፥21 እና ራእይ 7 አንብቡ። ከታች ባሉት መስመሮች የአስራ ሁለቱን የእስራኤል ነገዶች ስም ጻፉ።

ሊቀ ካህኑን ከለር ቀቡ።

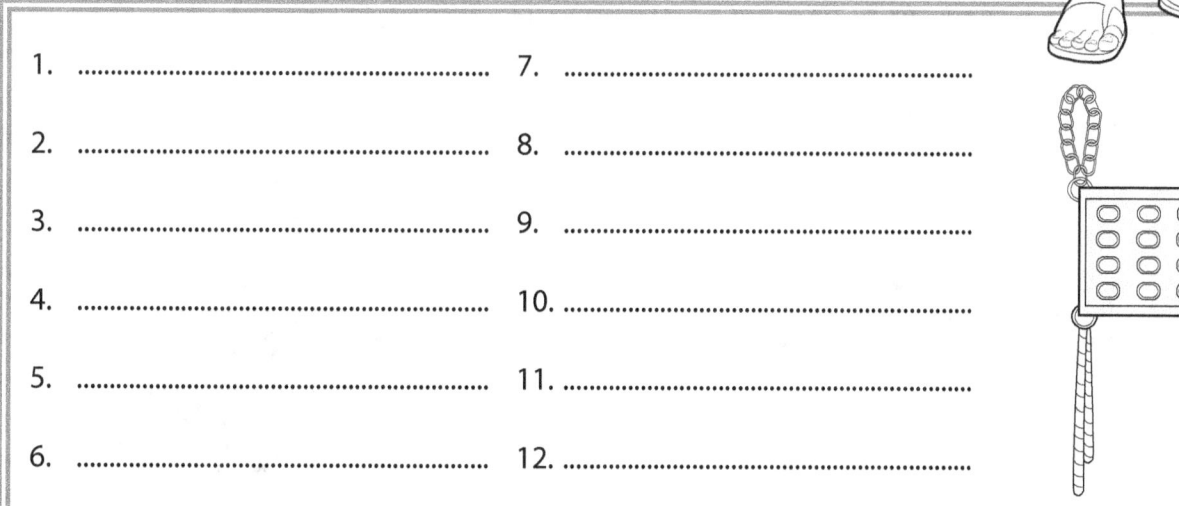

1. ....
2. ....
3. ....
4. ....
5. ....
6. ....
7. ....
8. ....
9. ....
10. ....
11. ....
12. ....

ሳዶቅ ሰሎሞንን ቀባው

1 ነገሥት 1፥32-39 አንብቡ። ከታች ባሉት ቃሎች ባዶ ቦታውን ሙሉ።

<< ንጉሥ ዳዊትም፣ ካህኑን .... ነቢዩ ናታንንና የዮዳሄን ልጅ በናያስን ጥሩልኝ አለ። እነርሱም .... ፊት በቀረቡ ጊዜ፣ እንዲህ አላቸው፤ የጌታችሁን አገልጋዮች ይዛችሁ በመሄድ ልጄን .... በራሴ በቅሎ ላይ አስቀምጡት፤ ወደ ግዮን ምንጭም ይዛችሁት ውረዱ። በዚያም ካህኑ ሳዶቅና ነቢዩ ናታን ቀብተው በእስራኤል ላይ ያንግሡት፤ ቀንደ መለከት ነፍታችሁም፣ ንጉሥ ሰሎሞን ለዘላለም ይኑር ብላችሁ ጩኹ። አጅባችሁት ወደ ላይ ውጡ፤ ከዚያም መጥቶ በዙፋኔ ላይ ይቀመጥ፤ በእኔም ምትክ ይግዛ፤ በእስራኤልና በይሁዳ ላይ ሾሜዋለሁ። የዮዳሄ ልጅ በናያስም ለንጉሡ እንዲህ ሲል መለሰ፤ አሜን የጌታዬ የንጉሡ አምላክ እግዚአብሔር ይህንኑ ያጽናው። .... እግዚአብሔር ....ከጌታዬ ጋር እንደ ነበረ ሁሉ፣ ከሰሎሞንም ጋር ይሁን፤ ዙፋኑንም ከጌታዬ ከንጉሥ ዳዊት .... የበለጠ ያድርገው። ስለዚህ ካህኑ ሳዶቅ፣ ነቢዩ ናታን፣ የዮዳሄ ልጅ በናያስ፣ ከሊታውያንና ፈሊታውያን ወርደው ሰሎሞንን በንጉሡ በዳዊት በቅሎ አስቀምጠው በማጀብ ወደ ግዮን አመጡት። ካህኑ ሳዶቅም .... ቀንድ ከመገናኛው ድንኳን ወስዶ ሰሎሞንን ቀባው፤ .... ነፋ፤ ሕዝቡም በሙሉ፣ ንጉሥ ሰሎሞን ለዘላለም ይኑር! በማለት ዳር እስከዳር አስተጋቡ። >>

ሳዶቅ	ዘይት
ሰሎሞን	ቀንደ መለከት
አዶናይ	ዙፋን
ንጉሥ	ግዮን

Jewish Voice Ministries International

የወይራ ዛፍ

በጥንት ዘመን እስራኤላውያንን እንዲገዙ በእግዚአብሔር የተመረጡ ለመሆናቸው ምልክት እንዲሆን ንጉሦች ወይራ ዘይት ይቀቡ ነበር (1ሳሙኤል16፥1)፡፡ ቀጣዩ የእስራኤል ንጉሥ መሆኑን ለማመልከት ሊቀ ካህኑ ሳዶቅ በግዮን ሰሎሞንን በወይራ ዘይት ቀባው፡፡ ዘይት እንዲወጣቸው ለማድረግ የወይራ ፍሬዎች በእጅ ወይም በመጨፍለቂያ የጨመቁ ነበር፡፡ ንጉሦችን ከመቀባት ውጪ የወይራ ዘይት ምግብ ለማብሰል፣ ለምግብነት፣ ለመብራት፣ ሳሙና ለመሥሪያ፣ ለመድኃኒትነት ጥቅም ላይ ይውሉ ነበር፡፡ ከታች ባሉት ቃሎች የወይራ ዛፉን ለጥፉ፡፡

ሥሮች

ቅርንጫፎች

ወይራ

ቅጠሎች

ግንድ

Jewish Voice Ministries International

የእስራኤል ንጉሥ

ከመጽሐፍ ቅዱሳችሁ 1 ነገሥት1 አንብቡ። ለጥያቄዎቹ መልስ ስጡ። ስዕሉን ከለር ቀቡ።

1. አዶንያስ ራሱን ንጉሥ ለማድረግ እንዴት ነበር የሞከረው? (ቁጥር 25)

....

....

....

....

2. ዳዊት ለሳዶቅ፣ ለናታንና ለበናያስ የነገራቸው ምን ነበር? (ቁጥር 33-35)

....

....

....

....

3. በግዮን ምንጭ ሰሎሞንን የቀባው ማን ነበር?

....

....

....

....

Jewish Voice Ministries International

የግዮን ምንጭ

የመጀመሪያው የዳዊት ከተማ ዋና የውሃ መገኛ በኢየሩሳሌም ምሥራቅ ቁልቁለት በቄድሮን ሸለቆ የሚገኘው የግዮን ምንጭ ነበር። ስዕሉን ለማሟላት ቀጣዩ የእስራኤል ንጉሥ እንዲሆን ሰሎሞንን ሲቀባ የሊቀ ካህኑ የሳዶቅን ስዕል ሳሉ።

ሾፋር

ቀንደ መለከት ለሚለው የዕብራይስጥ ቃል ሾፋር ነው። ሾፋር የሚሠራው ከአውራ በግ ቀንድ ነው። ቀጣዩ ንጉሥ እንዲሆን ሳዶቅ ከቀባው በኋላ እስራኤላውያን ደስታቸውን ለመግለጥ ሾፋር ነፉ።

ሾፋር

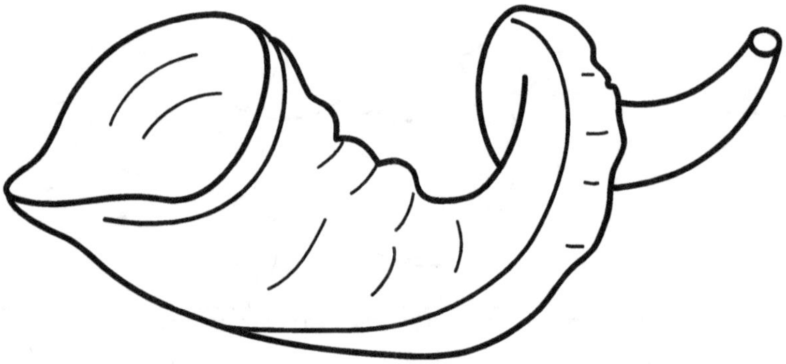

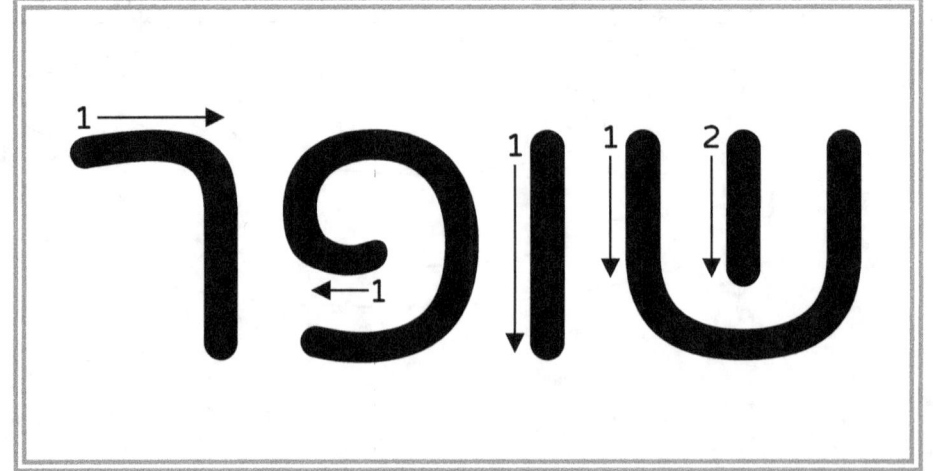

שׁוֹפָר

ቀንደ መለከት

እንጻፍ!

ከታች ባሉት መስመሮች የዕብራይስጥ ቃል መጻፍ ተለማመዱ።

שופר

שופר

ይህን በራሳችሁ ሞክሩ፤ ዕብራይስጥ
የሚጻፈው ከቀኝ ወደ ግራ መሆኑን አስታውሱ።

Jewish Voice Ministries International

ትምህርት 2 የትምህርቱ ዕቅድ

ጥበበኛው ንጉሥ ሰሎሞን

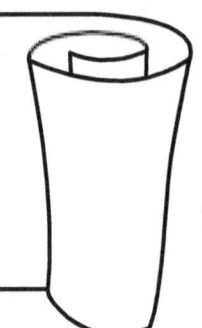

አስተማሪው :- ______________________________

የዛሬው የመጽሐፍ ቅዱስ ምንባብ፦ 1 ነገሥት 3፥1-28

የእንኳን መጣችሁ ጸሎት፡-

ትምህርቱን ከመጀመርህ በፊት ከልጆቹ ጋር አጭር ጸሎት አድርግ።

የትምህርቱ ግቦች፡-

በዚህ ትምህርት ልጆቹ፡-

1. ንጉሥ ሰሎሞን እንዴት ትልቅ ጥበብ እንዳገኘ
2. ንጉሥ ሰሎሞን እንዴት በጥበብ ውሳኔ እንዳደረገ ይማራሉ

ይህን ታውቃላችሁ?

ሰሎሞን 3000 ምሳሌዎችና 1000 መዝሙሮች ጻፈ (1 ነገሥት 4፥32-34)

የመጽሐፍ ቅዱስ ትምህርት ዳሰሳ፡-

አንድ ቀን ሁለት ሴቶች ወደ ንጉሡ ቤተ መንግሥት መጡ። አንድ ሕፃን ልጅ ይዘው ነበር የመጡት። አንደኛዋ ሴት፣ የዚህች ሴት ልጅ ሌሊት ሞተ። የሞተው ልጇን በሕይወት ባለው የእኔ ልጅ ለውጣ ወሰደች። ሌላዋ ሴት፣ ራሷን በመነቅነቅ፣ እንደዚያ አይደለም! አለች በሕይወት ያለው ልጅ የእኔ ነው፤ የሞተው ግን የአንቺ ነው። ሰሎሞን ጥቂት አሰበ። ሰይፍ እንዲያመጡለት አገልጋዩን አዘዘ። ልጁን ለሁለት እንክፈለው። ለእያንዳንዷ እናት ግማሹን እንስጣት አለ። እውነተኛዋ እናት ግን ልጇ ለሁለት እንዲቆረጥ አልፈለገችም። ልጁን አትግደሉት፤ ከእነ ሕይወቱ ለእርሷ ስጧት አለች። ሌላዋ ሴት ግን፣ ልጁን ለማንኛችንም አትስጡት፤ ለሁለት ከፍላችሁት እንካፈለው! አለች። ሰሎሞን ፈገግ አለ፤ እውነተኛዋ እናት እርሷ ናት። የእስራኤል ሕዝብ በጣም ደስ አላቸው። ትክክለኛ ውሳኔዎች ለማድረግ ንጉሡ የእግዚአብሔር ጥበብ እንዳለው አስተዋሉ።

Jewish Voice Ministries International

ትምህርቱን እንከልስ፡-

ለተማሪዎቹ ጥያቄዎች፡-

1. ሰሎሞን ምን እንዲሰጠው ነበር የጸለየው? እግዚአብሔር ጸሎቱን እንዴት ነበር የመለሰለት?
2. ሁለቱ ሴቶች ወደ ንጉሥ ሰሎሞን የመጡት ለምን ይመስላችኋል?
3. ችግራቸው ምን ነበር?
4. ንጉሥ ሰሎሞን ሰይፍ እንዲመጣለት የጠየቀው ለምን ነበር?
5. እስራኤላውያን ስለ ንጉሥ ሰሎሞን ጥበብ ምን አሰቡ?

የእግዚአብሔርን ቃል እንዲያስታውሱ ልጆችን ለመርዳት በቃል የሚያዝ ጥቅስ፡-

አባትህ ዳዊት እንዳረገው በመንገዬ ብትሄድ፣ ሥርዐቴንና ትእዛዜን ብትጠብቅ ዕድሜህን አረዝመዋለሁ። (1 ነገሥት 3፥14)

የሚደረጉ ነገሮች፡-

አጭር የመጽሐፍ ቅዱስ ጥያቄዎች፦ የሰሎሞን ጥበብ
ከለር መቀባት፦ የሰሎሞን ጥበብ
ከለር የሚቀባ፦ ንጉሥ ሰሎሞን
ከለር የሚቀባ፦ ጥበብ
መልስ መስጠት፣ ከለር መቀባት፦ የንጉሥ ሰሎሞን ጥበብ
መሥሪያ ገጽ፦ እንጻፍ !
መሥሪያ ገጽ፦ ጥቅሶች ማዛመድ
የካርታ ሥራ፦ አሥራ ሁለት የእስራኤል ነገዶች
መሥሪያ ገጽ፦ የዕብራይስጥ ፊደል
ቃሉን ማዘበራረቅ፦ ሰሎሞን
መሥሪያ ገጽ፦ ምሳሌውን ማዛመድ

የመዝጊያ ጸሎት

በአጭር ጸሎት ትምህርቱን አብቃ።

Jewish Voice Ministries International

የሰሎሞን ጥበብ

1 ነገሥት 3፥10-28 አንብቡ። ከታች ላሉት ጥያቄዎች መልስ ስጡ

1. ለሰሎሞን ጥበብ የሰጠው ማን ነው? ....
2. ንጉሡን ለማየት የመጣው ማን ነው? ....
3. ሁለቱ ሴቶች የት ነበር የሚኖሩት? ....
4. ሌሊት ላይ ምን ሆነ? ....
5. እኩለ ሌሊት ላይ አንዷ ሴት ምን ነበር ያደረገችው? ....
6. ሰሎሞን ምን እንዲያመጡለት ጠየቀ? ....
7. በሰይፉ ምን እንዲያደርጉት ነበር ንጉሥ ሰሎሞን ለአገልጋዮቹ መመሪያ የሰጠው? ....
8. በሕይወት ያለው ሕፃን እናት ምን ነበር ያለችው? ....
9. የሞተው ሕፃን እናት ምን ነበር ያለችው? ....
10. የንጉሡን ውሳኔ ሲሰሙ እስራኤላውያን ምን አደረጉ? ....

Jewish Voice Ministries International

«በሕይወት ያለውን ሕፃን ለመጀመሪያይቱ ሴት ስጧት፤ አትግደሉት፤ እናቱ እርሷ ናት»

(1 ነገሥት 3፡27)

Jewish Voice Ministries International

ንጉሥ ሰሎሞን

ሰሎሞን ከሀብት ይልቅ ጥበብን በመለመኑ እግዚአብሔር ሀብትና ኃይልንም ጨምሮ ሰጠው። እነዚህ በረከቶች በሕይወት ዘመኑ በዓለም ካሉ ኃይለኛ ሰዎች አንዱ አደረጉት። ቃሎቹን ፈልግ፤ ስዕሉን ከለር ቀቡ።

ንጉሥ ሰሎሞን

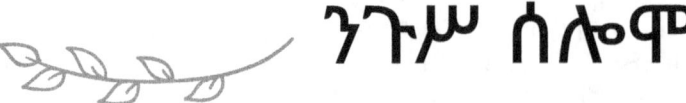

ጥበብ

ምሳሌ 4፤6-7 አንብቡና ምሳሌኡን ታች ጻፉ::

....

....

....

ውሳኔ ለማድረግ ሰሎሞን ጥበቡን የተጠቀመባቸውንም ጊዜ ጻፉ

....

....

....

....

....

....

....

....

....

ከታሪኩ ደስ የሚያሰኛችሁን ሁኔታ ሳሉ::

የምሳሌ 4፤6-7 ትርጉም ምንድን ነው?

ምሳሌ 4፤6-7 የሚያስተምረኝ .... ነው

Jewish Voice Ministries International

የንጉሥ ሰሎሞን ጥበብ

ከመጽሐፍ ቅዱስ 1 ነገሥት 3 አንብቡ። ለጥያቄዎቹ መልስ ስጡ። ስዕሉን ከለር ቀቡ።

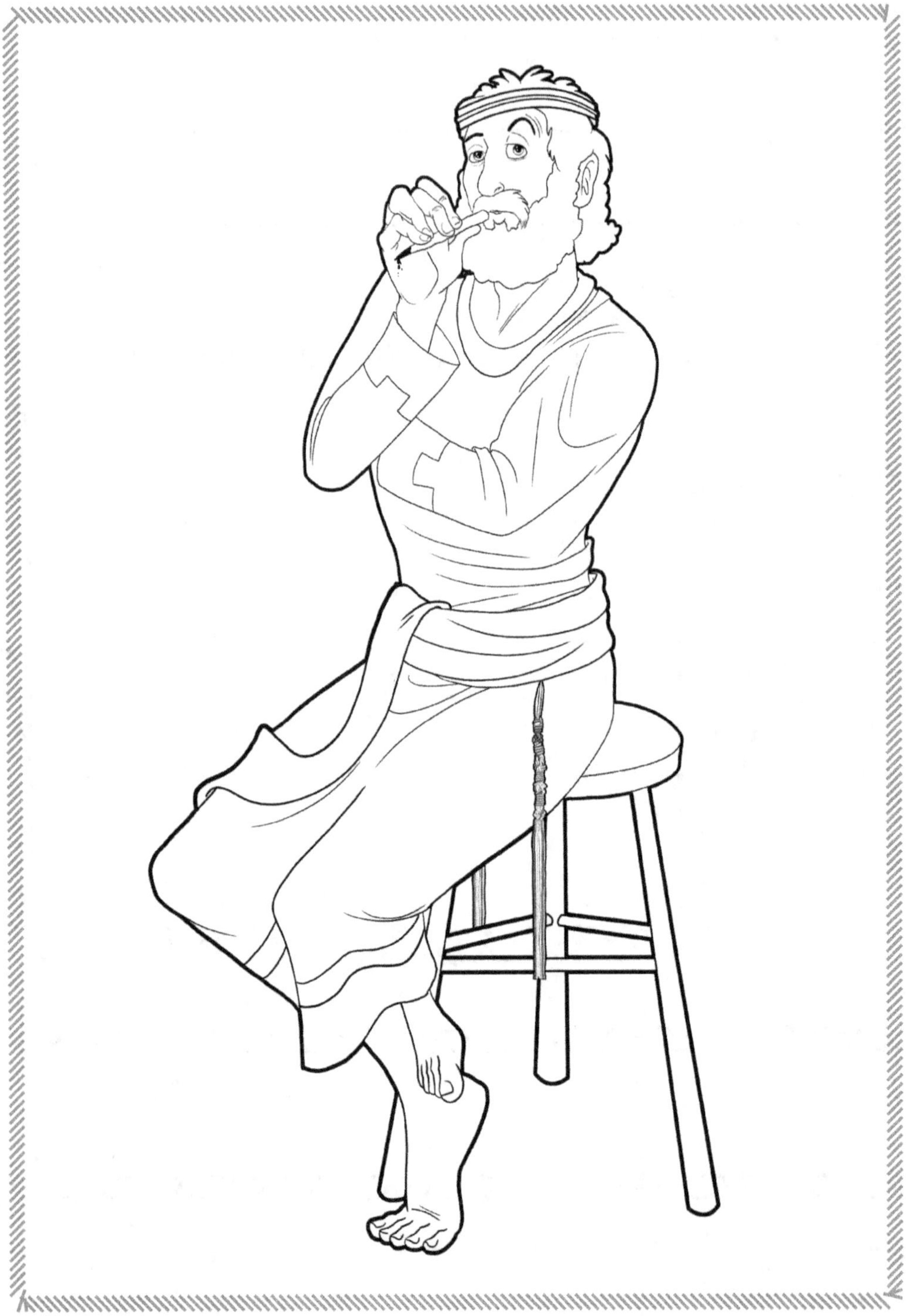

1. ሁለቱ ሴቶች ምን ችግር ነበር የገጠማቸው? (ቁጥር 17-22)

....

....

....

....

2. የሰሎሞን ውሳኔ ምን ነበር? (ቁጥር 25)

....

....

....

....

3. የሰሎሞን የመጨረሻ ፍርድ ምን ነበር (ቁጥር 27)

....

....

....

....

እንጻፍ!

1 ነገሥት 3፥1-28 አንብቡ። ሰሎሞን በጥበቡ ስለ ሰጠው ፍርድ ታሪክ ከታች
ባሉት መስመሮች በራሳችሁ ቃላት ጻፉ። 26.

አሥራ ሁለት የእስራኤል ነገዶች

ኢያሱ 13፥8-17፥18 አንብቡ። የከነዓንን ምድር ከያዙ በኋላ ኢያሱና እስራኤላውያን ምድሩን ለአሥራ ሁለቱ የእስራኤል ነገዶች አከፋፈሉ፤ ንጉሥ ሰሎሞን ነገዶቹን ለአርባ ዓመት ገዛ። የታሪክ ካርታ በመጠቀም የእያንዳንዱን ነገድ ስም ካርታው ውስጥ በትክክለኛው ድንበር ጻፉ።

ምዕ
ም
ሲዶን
ሜዲትራኒያን ባሕር
ኢየሩሳሌም
ሞዓብ
ሙት ባሕር
ኤዶም

ስምዖን	ጋድ	ይሳኮር	አሴር
ይሁዳ	ዳን	ዛብሎን	ኤፍሬም
ሮቤል	ምናሴ	ንፍታሌም	ብንያም

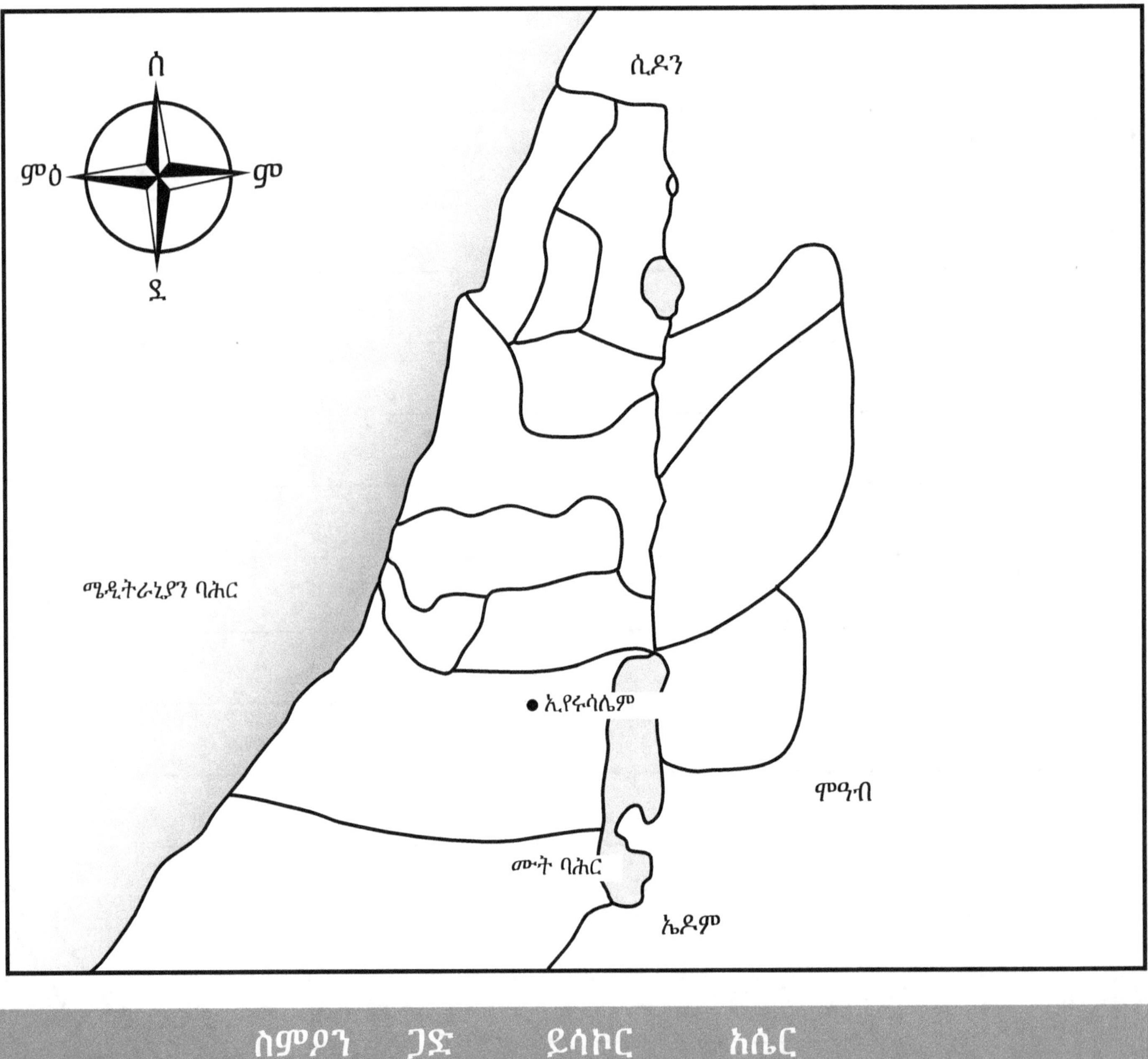

Jewish Voice Ministries International

ዕብራይስጥ እንማር

ዕብራይስጥ የጥንት ሴማዊ ቋንቋ ነው። የከነዓንን ምድር የያዙ እስራኤላውያን ዕብራይስጥ ይናገሩ እንደ ነበር ማስረጃዎች ያመለክታሉ። የዕብራይስጥ ፊደል እንማር!

አሌፍ א	ቤት ב	ገሜል ג	ዳሌጥ ד	ሄ ה
ዋው ו	ዛይ ז	ሔት ח	ጤት ט	ዮድ י
ካፍ כ	ላሜድ ל	ሜም מ	ኑን נ	ስምኬ ס
ዐይን ע	ፌ פ	ጻዴ צ	ቆፍ ק	ሬስ ר
ሺን ש	ታው ת			

Jewish Voice Ministries International

እንጻፍ!

ከታች ባሉት መስመሮች እነዚህን የዕብራይጥ ፊደሎች መጻፍ ተለማመዱ።
ዕብራይስጥ የሚጻፈው ከቀኝ ወደ ግራ እንደሆነ አስታውሱ።

א

ב

ג

ד

ה

ו

ז

ח

ט

י

כ

እንጻፍ!

ከታች ባሉት መስመሮች እነዚህን የዕብራይጥ ፊደሎች መጻፍ ተለማመዱ።
ዕብራይስጥ የሚጻፈው ከቀኝ ወደ ግራ እንደሆነ አስታውሱ።

ל

מ

נ

ס

ע

פ

צ

ק

ר

ש

ת

Jewish Voice Ministries International

ሰሎሞን ቃሉ ሲዘበራረቅ

1 ነገሥት 3 አንብቡ ከታች ካሉት ቃሎች
የዘበራረቀውን ፊደል አስተካክሉ።

1. ሎሞንሰ: ....
2. ንሥጉ: ....
3. ንፃሐ: ....
4. እትና: ....
5. እራስዊላኤ: ....
6. ብበጥ: ....
7. ፍደሰ: ....
8. ልምሐ: ....

ሰሎሞን	እስራኤላዊ
ንጉሥ	ጥበብ
ሕፃን	ሰይፍ
እናት	ሕልም

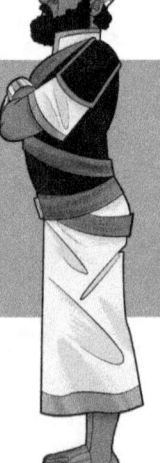

ጥቅሶቹን ማዛመድ

ሰሎሞን በምድር ከነበሩት ሰዎች ጥበበኛ ነበር። ንጉሥ በነበረ ዘመን ምሳሌዎች በመባል የሚታወቁ 3000 የጥበብ አባባሎች ጻፈ። ብዙ ምሳሌዎች ናቸው አይደል! ከታች ያለውን እያንዳንዱን ምሳሌ ከትክክለኛው ቁጥር ጋር አዛምዱ።

1. .... ‹‹ልጅን የሚሄድበት መንገድ አስተምረው፤ በሚሸመግልበት ጊዜ ከዚያ ፈቀቅ አይልም።››

2. .... ‹‹እግዚአብሔርን መፍራት የዕውቀት መጀመሪያ ነው፤ ተላሎች ግን ጥበብንና ተግሣፅን ይንቃሉ።››

3. .... ‹‹ፀባየ መልካሟን ሚስት ማን ያገኛታል? ከቀይ ዕንቁ እጅግ ትበልጣለች።››

4. .... ‹‹ከሁሉም በላይ ልብህን ጠብቅ፤ የሕይወት ምንጭ ነውና።››

5. .... ‹‹የጥበብ መጀመሪያ እግዚአብሔርን መፍራት ነው፤ ቅዱሱንም ማወቅ ማስተዋል ነው።››

6. .... ‹‹የምታደርገውን ሁሉ ለእግዚአብሔር ዐደራ ስጥ፤ ዕቅድህም ይሳካልሃል።››

ምሳሌ 16፥3 ምሳሌ 1፥7

ምሳሌ 22፥6 ምሳሌ 31፥10

ምሳሌ 9፥10 ምሳሌ 4፥23

Jewish Voice Ministries International

ትምህርት 3 የትምህርቱ ዕቅድ

ሰሎሞን ቤተ መቅደስ ሊሠራ ነው

አስተማሪው :- ___________________________

የዛሬው የመጽሐፍ ቅዱስ ምንባብ፦ 1 ነገሥት 5፥1-18፤ 6፥1-8፥66

የእንኳን መጣችሁ ጸሎት፡-
ትምህርቱን ከመጀመርህ በፊት ከልጆቹ ጋር አጭር ጸሎት አድርግ።

የትምህርቱ ግቦች፡-
በዚህ ትምህርት ልጆቹ፡-

1. ንጉሥ ሰሎሞን ቤተ መቅደሱን እንዴት እንደ ሠራ
2. ሰሎሞን ቤተ መቅደሱን እንዴት ለእግዚአብሔር እንደ ሰጠ

ይማራሉ

ይህን ታውቃላችሁ?
ቅድስተ ቅዱሳኑ 90 ጫማ ርዝመት 30 ጫማ ስፋት ነበረው።

የመጽሐፍ ቅዱስ ትምህርት ዳሰሳ፡-
በኢየሩሳሌም ቤተ መቅደስ እንዲሠራ እግዚአብሔር ለሰሎሞን ነገረው፤ በጣም ትልቅ ሥራ ነበር! ሰሎሞን ድንጋይ ለመጥረብ 80,000 ሰዎች፣ ድንጋዮቹን ለማመላለስ 70,000 ሰዎችን አስፈልገውት ነበር፤ ከሩቅ አገር ንጉሦች ብዙ ነገሮች ሰጥተውት ነበር። የሰሎሞን ሰዎች ቤተ መቅደሱን ለመገንባት ሰባት ዓመት ሠሩ። ቤተ መቅደሱ ውስጥ ለቃል ኪዳኑ ታቦት መኖሪያ እንዲሆን ሰሎሞን ቅድስተ ቅዱሳን የሚባል ቦታ ሠራ፤ የቃል ኪዳኑ ታቦት የሚባለው እግዚአብሔር ሕጎቹን የጻፈባቸውን ሁለት የድንጋይ ጽላቶች የያዘ የወርቅ ሳጥን ነው። ሥራው ሲያልቅ ቤተ መቅደሱን ለእግዚአብሄር ለመመረቅ ሰሎሞን እስከ የዳስ በዓል (ሱኮት) ድረስ ቆየ። በዓሉ ላይ ለመገኘት እስራኤላውያን ሁሉ መጡ። ካህናቱ ታቦቱን ከድንኳኑ ተሸክመው ቅድስተ ቅዱሳን ውስጥ አስገቡ፤ ሰሎሞን መሥዋዕት ካቀረበ በኋላ እሳት ከሰማይ ወርዶ መሥዋዕቱን ሁሉ አቃጠለ።

ትምህርቱን እንከልስ፡-

ለተማሪዎቹ ጥያቄዎች፡-

1. የሌሎች አገር ንጉሦች ለሰሎሞን ምን ነበር የላኩለት?
2. ቅድስተ ቅዱሳን ውስጥ ምንድነው የሚቀመጠው?
3. ቤተ መቅደሱን ለመሥራት ለሰሎሞን ምን ያህል ጊዜ ወሰደበት?
4. ሰሎሞን ቤተ መቅደሱን ለእግዚአብሔር የመረቀው በየትኛው በዓል ነበር
5. ሰሎሞን ለእግዚአብሔር መሥዋዕት ሲያቀርብ ምን ነበር የሆነው?

የእግዚአብሔርን ቃል እንዲያስታውሱ ልጆችን ለመርዳት በቃል የሚያዝ ጥቅስ፡-

ለአምላኬ ለእግዚአብሔር ስም ቤተ መቅደስ ለመሥራት አስቤአለሁ… (1 ነገሥት 5:5)

የሚደረጉ ነገሮች፡-

አጭር የመጽሐፍ ቅዱስ ጥያቄ፦ ሰሎሞን ቤተ መቅደስ ሊሠራ ነው
መሥሪያ ገጽ፦ የኢየሩሳሌም ከተማ
ከለር መቀባት፦ ሰሎሞን ቤተ መቅደስ ለመሥራት ዐቀደ
ጥናታዊ መሥሪያ ገጽ፦ ቤተ መቅደስ መሥራት
መሥሪያ ገጽ፦ የሊባኖስ ዝግባ
መሥሪያ ገጽ፦ የሰሎሞንን ቤተ መቅደስ መሥራት
የካርታ ሥራ፦ የሰሎሞን ቤተ መቅደስ
የሚደረግ፦ የኢየሩሳሌም ዜና
ዕብራይስጥ እንማር፦ ሱኮት
ከለር መቀባት፦ የራሳቸሁን ሱኮት አስጊጡ

የመዝጊያ ጸሎት

በአጭር ጸሎት ትምህርቱን አብቃ።።

ሰሎሞን ቤተ መቅደስ ሊሠራ ነው

1 ነገሥት 5፥1-6፥38 እና 2ዜና መዋዕል 3፥1-7፥5
አንብቡ። ከታች ላሉት ጥያቄዎች መልስ ስጡ።

1. ቤተ መቅደሱን እንዲሠራ ንጉሥ ኪራም ምን ነበር ለሰሎሞን የሰጠው? ....

2. ቤተ መቅደሱን እንዲሠሩ ሰሎሞን ምን ያህል ሰዎች ቀጠረ? ....

3. ሰሎሞን ቤተ መቅደሱን የሠራው የት ነበር? ....

4. ከቤተ መቅደሱ ውጪ የነበሩትን ሁለት ምሰሶዎች ሰሎሞን ምን በማለት ጠራቸው? ....

5. የሰሎሞን ቤተ መቅደስ ምን ያህል ትልቅ ነበር? ....

6. ሰሎሞን የቤተ መቅደሱን ግድግዳዎች በምን ነበር ያስጌጠው? ....

7. ሰሎሞን የቤተ መቅደሱን ወለል በምን ነበር የለበጠው? ....

8. ቤተ መቅደሱን ለመሥራት ሰሎሞን ምን ያህል ጊዜ ወሰደበት? ....

9. ካህናቱ የቃል ኪዳኑን ታቦት የት ነበር ያኖሩት? ....

10. ሰሎሞን ምን ያህል ከብቶችና በጎች ነበር መሥዋዕት ያቀረበው? ....

የኢየሩሳሌም ከተማ

ንጉሥ ሰሎሞን በነበረበት ዘመን ኢየሩሳሌም ንግድ፣ የተለያየ ባሕል፣ የተለያየ እምነት የነበረባት የእንቅስቃሴ ከተማ ነበረች፣ የሚያማምሩ ቤተ መቅደሶች፣ ቤተ መንግሥቶችና አትክልት ቦታዎች ነበሩባት። ኢየሩሳሌም የባሕልና የትምህርት ዋና ማዕከልም ነበረች። ንጉሡ ከፍተኛ ምሁርና የኪነ ጥበብ አድናቂ ነበር፤ ቤተ መንግሥቱ በመጻሕፍና በጥበብ ሥራዎች የተሞላ ነበር። ሩቅ አሳቢ ግንበኛ ነበር፤ ከተማው ዙሪያ ቅጥሮችና ምሽጎች፣ ታላቅ ቤተ መንግሥትና የመጀመሪያውን የቤተ መቅደስ ውብ ሕንፃ ሠራ።

ኢየሩሳሌም ዋና የንግድ መተላለፊያዎች ባሉባት መስቀለኛ ቦታ ላይ ነበር የምትገኘው፤ የምሥራቁ ቅመማ ቅመምና ሐር፣ የአፍሪካ አህጉር ወርቅና የዝሆን ጥርስ መዘዋወሪያ መንገዶች የሚገኙባትና በርካታ ኢኮኖሚያዊ ጠቀሜታ የምትሰጥ አገር ነበረች። ነጋዴዎችና አገር ጐብኚዎች ከተማዋን ከፍተኛ የኢኮኖሚ ማዕከል ለማድረግ ረድተዋታል፤ ዓለም አቀፍ የንግድ እንቅስቃሴዎች ለኢየሩሳሌም ስኬትና ዕድገት የበኩላቸውን ታላላቅ አስተዋፅዖ አድርገዋል። በንጉሥ ሰሎሞን አስተዳደር ዘመን ኢየሩሳሌም ከፍተኛ ጠቀሜታ ያላት ቦታ ሆና ነበር።

1. ለእምነቱ ማሳያ እንዲሆን ሰሎሞን ምን ነበር የሠራው?
2. በሰሎሞን ዘመን በኢየሩሳሌም የሚተላለፉ ዋና ዋና የንግድ መንገዶች ምን ነበሩ?
3. ነጋዴዎቹና አገር ጐብኚዎቹ የሚመጡት ከየት ይመስላችኋል?

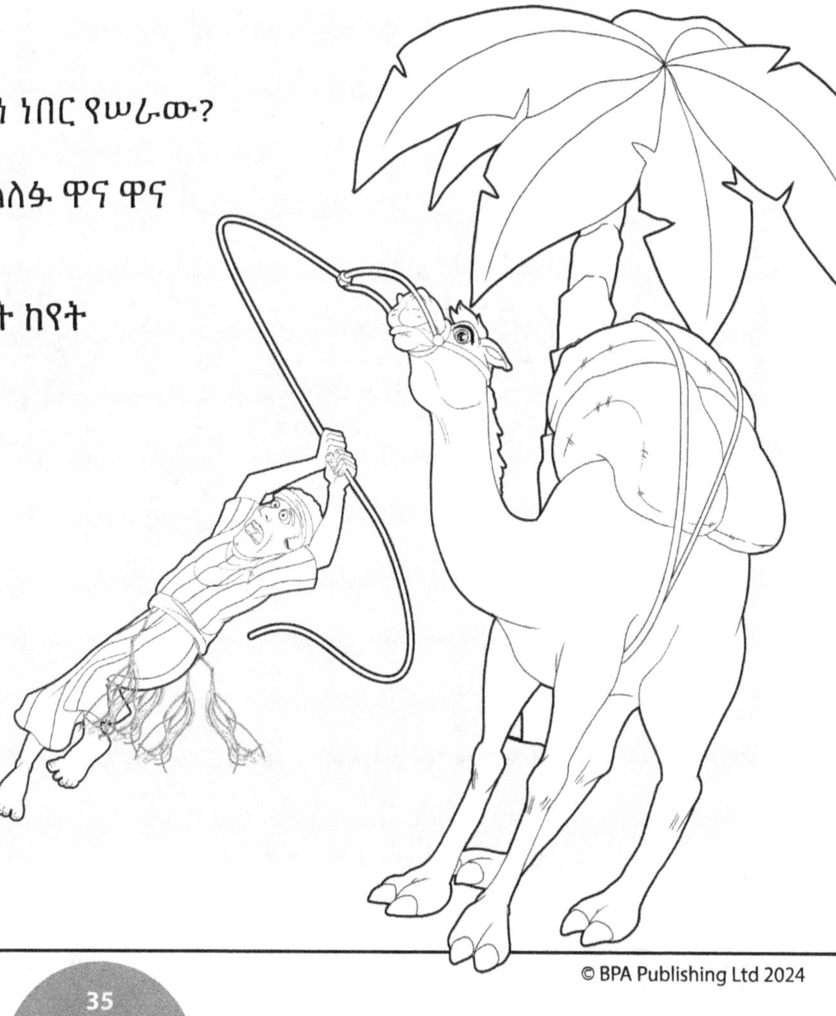

ሰሎሞን ቤተ መቅደስ ለመሥራት ዐቀደ

Jewish Voice Ministries International

ሰሎሞን ቤተ መቅደስ ሊሠራ ነው

ይህ ጽሑፍ ሰሎሞን በኢየሩሳሌም ቤተ መቅደስ እንደሠራ ይናገራል፤ እያነበባችሁ ሳለ እንዲህ ያለ ውብ ሕንፃ ለመሥራት ምን ያህል ጥረት ማድረግ እንደሚጠይቅ አስቡ። ከዚያ በሚቀጥለው ገጽ ላሉት ጥያቄዎች መልስ ስጡ።

ንጉሥ ሰሎሞን

ንጉሥ በነበረ ዘመን ዋናው የንጉሥ ሰሎሞን ዕቅድ በኢየሩሳሌም ቤተ መቅደስ መሥራት ነበር። ቤተ መቅደስ መሥራት በጣም ትልቅ ሥራ በመሆኑ፣ ለመጨረስ ሰባት ዓመት ወስዶበታል። የሰሎሞን አባት ዳዊት ለሥራው የሚሆን ብዛት ያለው ወርቅ፣ ብር፣ ብረት፣ ጣውላና ድንጋይ አከማችቶ ነበር። ይሁን እንጂ፣ ዳዊት በሕይወት ሳለ ቤተ መቅደሱን እንዲሠራ እግዚአብሔር አልፈቀደለትም ነበር። አንተ የጦርነት ሰው ነህ አለ እግዚአብሔር፣ እኔ የምፈልገው የሰላም ሰው ነው።

የጢሮስ ንጉሥ ኪራም (የፊንቄ ዋና ከተማ) ዳዊት መሞቱን እንደ ሰማ ከአዲሱ ንጉሥ ጋር ወዳጅነታቸውን ለማጥበቅ መልእክተኛ ወደ ሰሎሞን ላከ። ሰሎሞን ከፊንቃውያንም ጋር መልካም ግንኙነት እንዲኖረው ይፈልግ ነበር። ስለሆነም ቤተ መቅደሱን ለመሥራት ንጉሦቹ ሀብታቸውን ሰበሰቡ። ኪራም ሰሎሞን የሚፈልገውን ያህል የዝግባ ግንዶች አቀረበ። ንጉሥ ሰሎሞንም ሰዎቹን መመገብ እንዲችል ለኪራም ስንዴና ንጹሕ የወይራ ዘይት ላከ።

ቤተ መቅደሱን መሠራት በጣም ግዙፍ ሥራ ስለ ነበር ሰሎሞን በቂ ሠራተኞች ማግኘት እንዲችል የሰላም ጊዜ ፈጠረ። ቤተ መቅደሱን ለመሥሪያ የሚሆን ጥድ በመቁረጥ ሥራ የሚሰማሩ 30,000 የሚያህሉ እስራኤላውያን (በሦስት ወር ፈረቃ የተከፈሉ) ላከ። በሜዲትራኒያን ባሕር በኩል ግንዶቹን ወደ እስራኤል ለማድረስ በጣም ትልልቅ መንሳፈፊያዎች ተሠሩ። ፊንቃውያን ባለ ሙያዎችም ቤተ መቅደሱ በሚሠራበት በኢየሩሳሌም ከእስራኤላውያን ጋር ጐን ለጐን እየሠሩ ነበር። ዋናው ሥራ ቤተ መቅደሱ ቢሆንም ንብረት ማከማቻ ቤቶች፣ ጐተራዎች፣ ለመስዋዕት የሚሆኑ እንስሳት ማቆያ በረቶች እና ለካህናቱ የሚሆኑ ቤቶችን ጨምሮ የቤተ መቅደሱን ሥራ የሚደግፉ ሌሎች ብዙ ግንባታዎችም እየተሠሩ ነበር። ቤተ መቅደሱ ከተጠናቀቀ በኋላ የሰሎሞንን ቤተ መንግሥተ ለመሥራት እስራኤላውያንና ፊንቃውያን ለተጨማሪ አሥራ ሦስት ዓመት አብረው ሠርተዋል (1 ነገሥት 7፥1፤ 2ዜና መዋዕል 8፥1)።

(ሰሎሞን ቤተ መቅደሱን እንዴት እንደ ሠራ ተጨማሪ ዝርዝር ለማግኘት Steven M. Collins የጻፈውን፣ Lost Ten Tribes of Israel… Found! የተሰኘውን መጽሐፍ አንብቡ! ከ፦ https://stevenmcollins.com/) ታገኙታላችሁ።

Jewish Voice Ministries International

የቤት ሥራ

ደየተልዕኮው ግብ፦ ሰሎሞን እንዴት ቤተ መቅደሱን እንደሠራ ለመረዳት እያንዳንዱን ጥያቄዎች አንብቡና ከታች ባሉት መስመሮች መልሳችሁን ጻፉ።

1ዜና መዋዕል 29 አንብቡ፦ ለቤተ መቅደሱ መሥሪያ እንዲሆን ንጉሥ ዳዊት ያከማቸው ምን ዐይነት ሀብት ነበር?

....

....

1 ነገሥት 5 አንብቡ፦ ንጉሥ ኪራምና ንጉሥ ሰሎሞን እንዴት ለመሥራት ነበር የተዋዋሉት?

....

....

1 ነገሥት 5 አንብቡ፦ ንጉሥ ኪራም ግንዶቹን ወደ እስራኤል ምድር ለሰሎሞን ያደረሰው እንዴት ነበር?

....

....

ንጉሥ ሰሎሞን ቤተ መቅደሱን ለመሥራት ሰባት ዓመት የወሰደበት ለምን ይመስላችኋል።

....

....

Jewish Voice Ministries International

የሊባኖስ ዝግባዎች

ንጉሥ ኪራም ረጃጅሞቹን የዝግባ ዛፎች በመቁረጥ ቤተ መቅደሱን እንዲሠራበት ለሰሎሞን ላከለት። ቃሎቹን ትክክለኛው ሳጥን በማድረግ የዛፍ ክፍሎችን ለጥፉ።

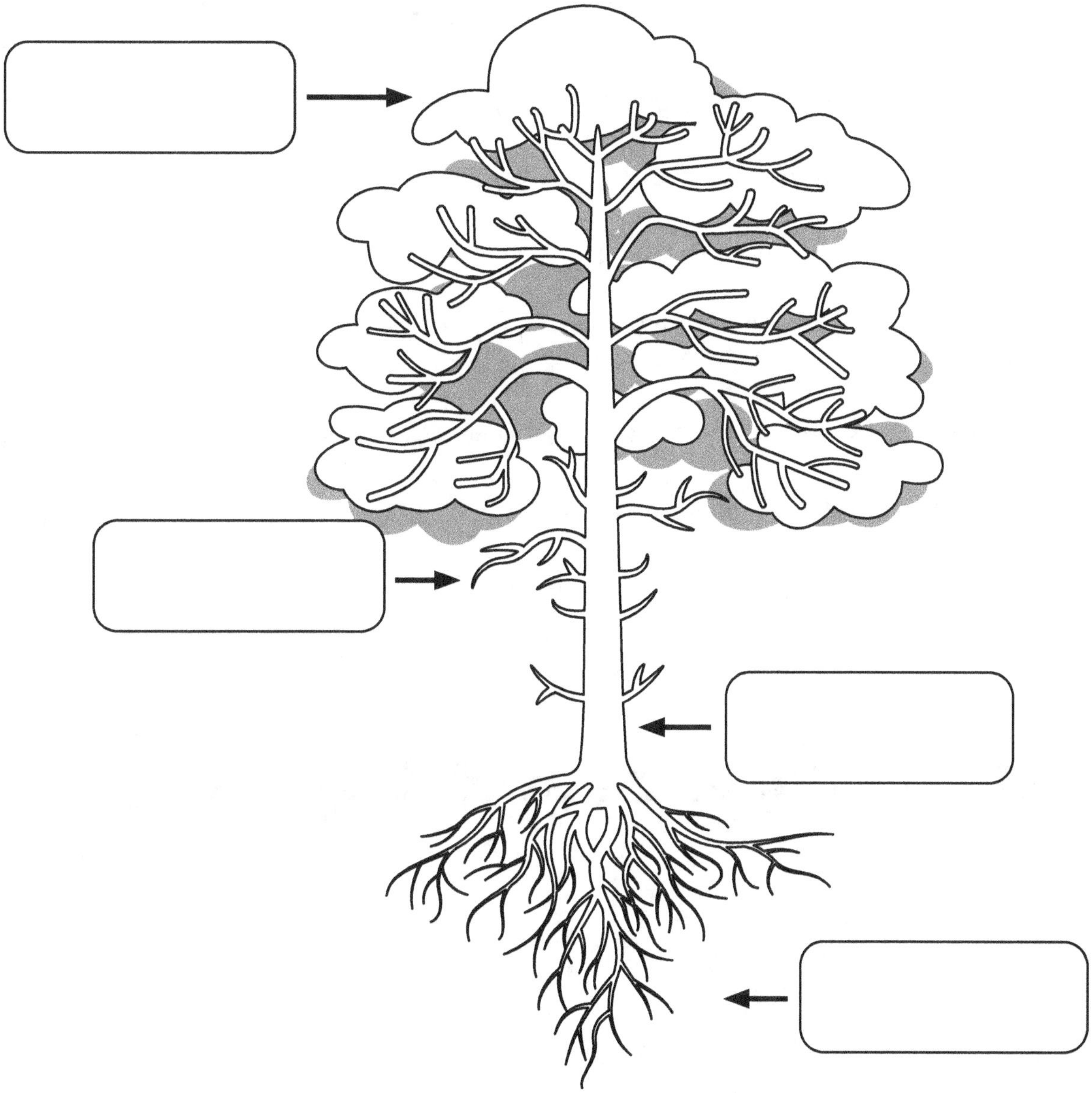

ቅጠሎች | ግንዶች | ሥሮች | ቅርጫፎች

የሰሎሞን ቤተ መቅደስን መሥራት

2ዜና መዋዕል 2፡7 እና 1 ነገሥት 5-6 አንብቡና ከታች ላሉት ጥያቄዎች መልስ ስጡ።

የሰሎሞንን ቤተ መቅደስ ለመሥራት ምን ያህል ጊዜ ነበር የወሰደው?

የሰሎሞንን መቅደስ ለመሥራት ምን ዓይነት ነገሮች ነበሩ ጥቅም ላይ የዋሉት?

ቤተ መቅደሱ የተመረቀው በየትኛው በዓል ነበር?

ቤተ መቅደሱ የሚሠራባቸውን ድንጋዮች ለማውጣት ምን ያህል ሠራተኞች ነበር የተሰማሩት?

የሰሎሞን ቤተ መቅደስ ለመገንባት ጥቅም ላይ የዋሉ መሣሪያዎች ምንድናቸው?

ለመቅደሱ የግንባታ ዕቃዎች በመስጠት የረዳ ንጉሥ ማን ነበር?

የሰሎሞን ቤተ መቅደስ ያጌጠው በእንዴት ያሉ ሁኔታ ነበር?

የቃል ኪዳኑ ታበት ቤተ መቅደስ ውስጥ የትኛው ክፍል ውስጥ ነበር የተቀመጠው?

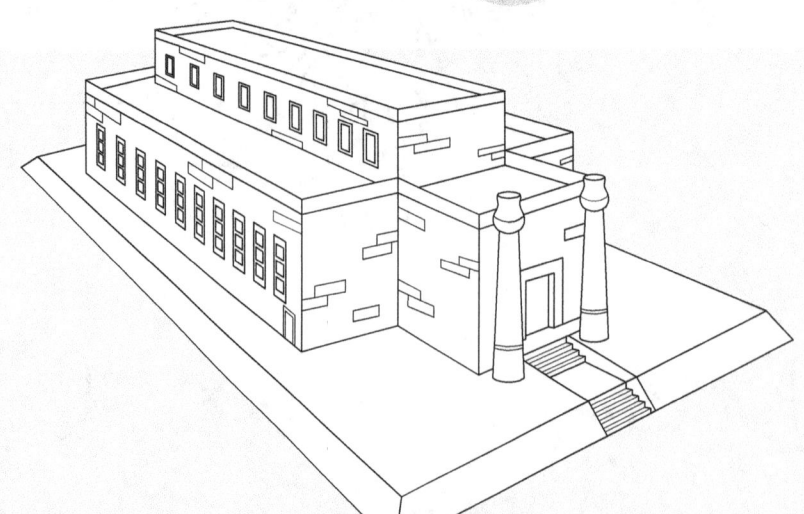

የሰሎሞን ቤተ መቅደስ

1 ነገሥት 6 አንብቡ። ሰሎሞን ንጉሥ በነበረ ዘመን በኢየሩሳሌም በጣም የሚያምር ቤተ መቅደስ ሠርቶ ነበር። ከታች ባለው ዝርዝር የቤተ መቅደሱን ክፍሎች ለጥፉ። መልሶቹን ለማግኘት ጥቂት ምርምር ማድረግ ያስፈልጋችሁ ይሆናል።

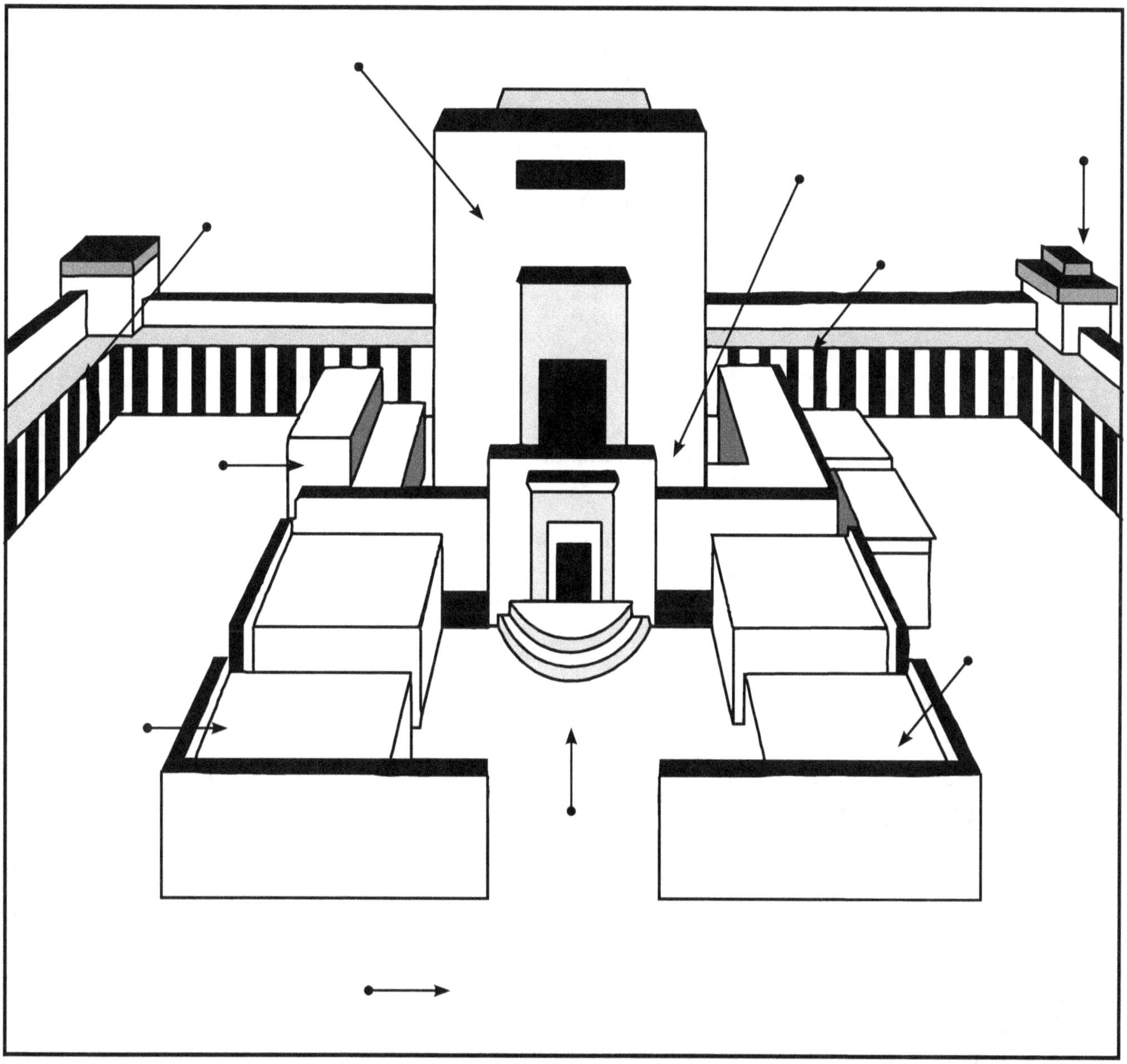

የሌዋውያን ክፍሎች	የመሥዋዕቱ እንጨት	የሴቶች መሰብሰቢያ	የካህናት መሰብሰቢያ	መጠበቂያ ማማ
የካህናቱ ክፍሎች	የእስራኤላውያን መሰብሰቢያ	ቅዱስ ቦታ	የሰሎሞን መመላለሻ	ናዝራውያን

Jewish Voice Ministries International

የቶራ ዘመን

የኢየሩሳሌም ዜና

ከክርስቶስ ልደት በፊት 10ኛው ክፍለ ዘመን | ኢታኒም | ንጉሣዊ ዜና ሕትመት

ሰሎሞን ቤተ መቅደሱን መረቀ

....

....

....

....

....

....

የከተማ የእንስሳት እጥረት

እሳት ከሰማይ!

....

....

....

....

Jewish Voice Ministries International

የራሳችሁን ሱኮት አሳምሩ አስጊጡ!

በሱኮት ወቅት (በዳስ በዓል) እስራኤላውያን ሱካህ በሚባሉ ጊዜያዊ ጐጆዎች ውስጥ ይኖራሉ። ሰሎሞን ቤተ መቅደሱን ሲመርቅ ወደ ኢየሩሳሌም በመምጣት ለሰባት ቀን ያህል ከከተማው አጥር ውጪ ሳይሰፍሩ አልቀረም። ትልቅ የደስታ ጊዜ ነበር! የራሳችሁን ሱኮት በማስጌጥ ተደሰቱ። በጋራ የማስጌጥ ሥራ የተለያየ መልክ ያላቸው አበቦችን፣ ፍራ ፍሬዎችን፣ አትክልቶችን፣ የዘንባባ ዝንጣፊዎችን፣ መብራቶችን፣ የስዕል ሥራዎችን፣ የተለያዩ አእዋፋትና ፋኖሶችን ይጨምራል። የራሳችሁን አስተሳሰብ በመጠቀም ገጹን ከለር ቀቡ።

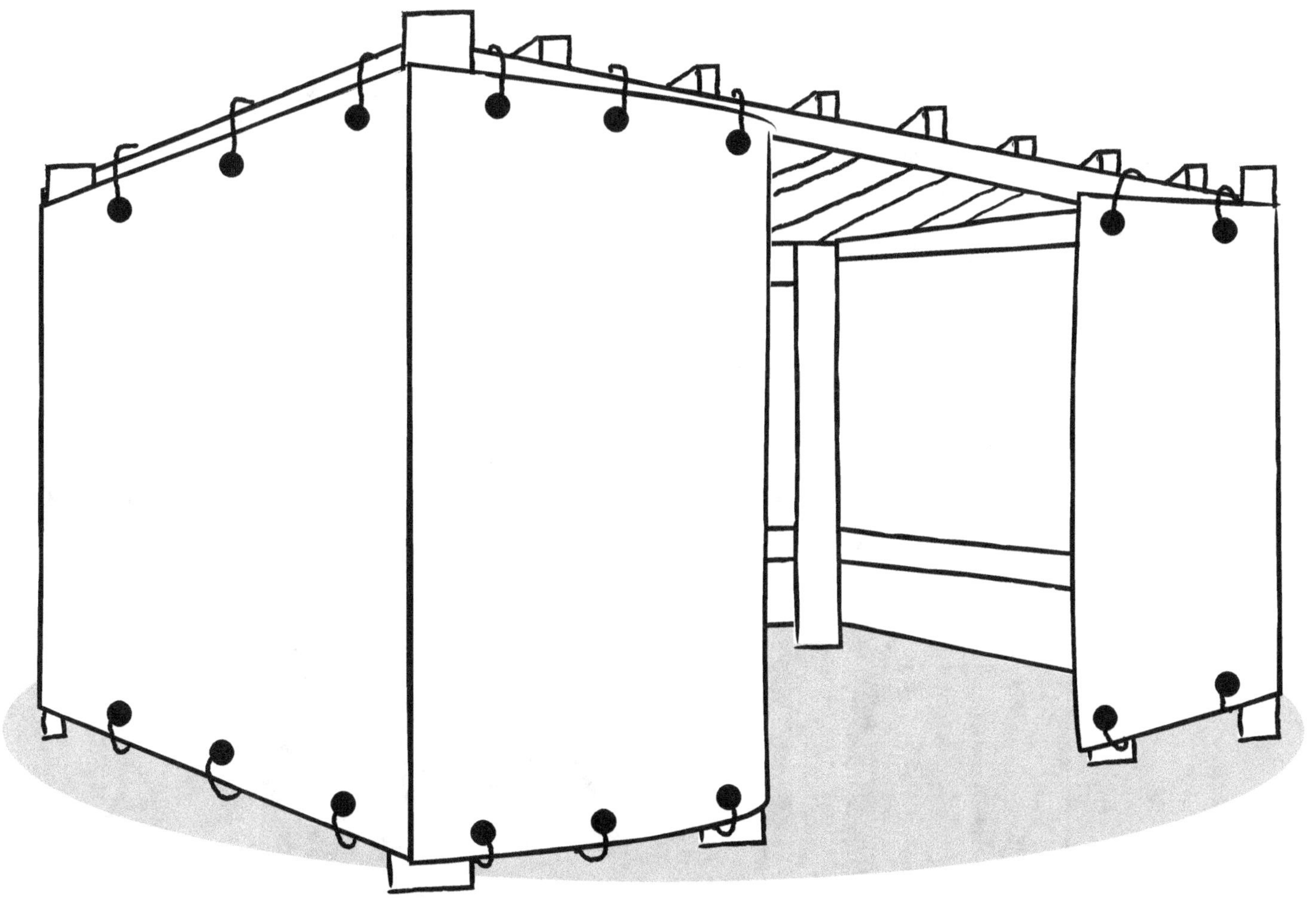

ሱኮት

ሰሎሞን ቤተ መቅደሱን የመረቀው በበልግ በዓል ነበር (2ዜና መዋልዕ 7)። የዳሱ በዓል ለሚለው የዕብራይስጡ ቃል ሱኮት ነው። እግዚአብሔር ከወሰናቸው ጊዜዎች አንዱ ሲሆን ቲሽሪ 15 ብዙ ጊዜ መስከረም መጨረሻና ጥቅምት አጋማሽ ላይ ይውላል።

ሱኮት

סֻכּוֹת

የዳስ በዓል

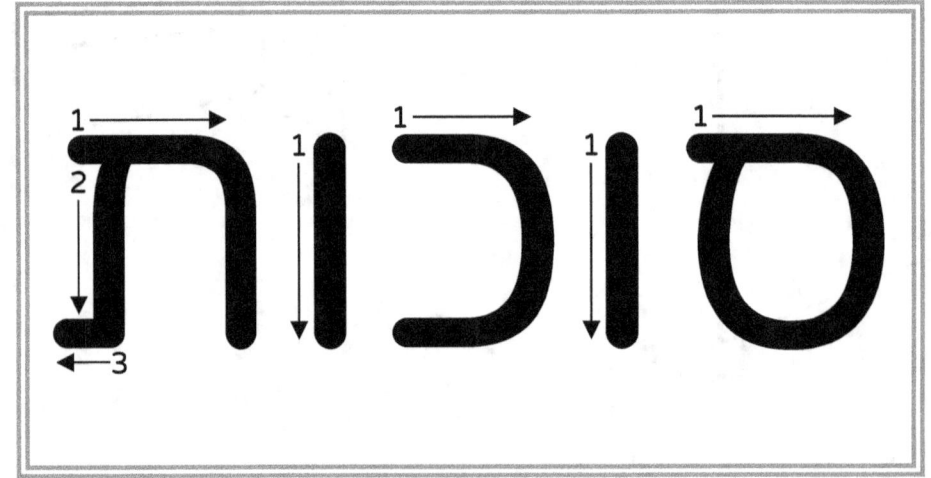

እንጻፍ!

ከታች ባሉት መስመሮች 'ሱኮት' የሚለውን ቃል መጻፍ ተለማመዱ።

סוכות

סוכות

ይህን በራሳችሁ ሞክሩ፤ ዕብራይስጥ
የሚጻፈው ከቀኝ ወደ ግራ መሆኑን አስታውሱ።

Jewish Voice Ministries International

ትምህርት 4 | የትምህርቱ ዕቅድ

ሰሎሞን አሳሹ

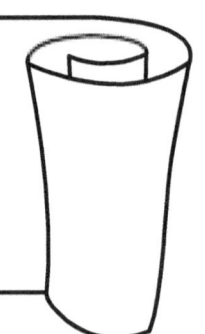

አስተማሪው :- ________________________________

የዛሬው የመጽሐፍ ቅዱስ ምንባብ፦ 1 ነገሥት 4፡29-34፤ 9፡26-28 እና 2ዜና መዋዕል 9፡21

የእንኳን መጣችሁ ጸሎት፡-
ትምህርቱን ከመጀመርህ በፊት ከልጆቹ ጋር አጭር ጸሎት አድርግ።

የትምህርቱ ግቦች፡-
በዚህ ትምህርት ልጆቹ፡-
1. የመጓጓዣ መርከቦችን እንዲሠራ ፊንቃውያን እንዴት ንጉሥ ሰሎሞንን እንደ ረዱት፤
2. መርከበኞቹ ለሰሎሞን ስላመጧቸው የስጦታ ዐይነቶች ይማራሉ

ይህን ታውቃላችሁ?
ኒው ሜክሲኮ የሚገኘው ላስ ሉናስ የተባለው ድንጋይ በዕብራይስጥ ፊደል የተጻፉ አሥሩ ትእዛዞችን ይዟል፤ የተጻፈው ከክርስቶስ ልደት በፊት 1,000 ዓመት እንደ ነበር ይታሰባል።

የመጽሐፍ ቅዱስ ትምህርት ዳሰሳ፡-
ሰሎሞንን በዓለም ትልቁ ንጉሥ እንደሚያደርገው እግዚአብሔር ለእርሱ የሰጠውን ተስፋ ቃል ጠብቋል። መንግሥቱ በየጊዜው እያደገና እየሰፋ ይሄድ ነበር። ብዙም ሳይቆይ ከግብፅ በስተ ሰሜን ካለው የኤፍራጥስ ወንዝ በስተ ደቡብ እስካለች ግብፅ ድረስ ያሉትን አገሮች ሁሉ እየገዛ ነበር። እስራኤላውያን ይበሉ፣ ይጠጡ ነበር፤ ደስተኞችም ነበሩ። ሆኖም ሰሎሞን የባሕሮቹም ንጉሥ መሆን ፈለገ። በጢሮስ ንጉሥ እገዛ፣ በቀይ ባሕር አቅራቢያ መርከቦች ሠራ። ብዙም ሳይቆይ የእርሱ ሰዎች ከፊንቃያውያን ጋር በመርከቦች ወደ ዓለም ሁሉ ሄዱ። አዳዲስ ቦታዎችን እያሰሱና አዳዲስ ወዳጆችን እያፈሩ ወደ ሰሜንና ወደ ደቡብ፣ ወደ ምሥራቅና ወደ ምዕራብ ተጓዙ። መርከቦቹ በየሦስት ዓመት ለንጉሡ ስጦታ ይዘው ይመጡ ነበር። ወርቅና ብር፣ የዝሆን ጥርስና ጦጣዎች እንዲያውም ፒኮክ እንኳ ያመጡ ነበር።

Jewish Voice Ministries International

ትምህርቱን እንከልስ፡-

ለተማሪዎቹ ጥያቄዎች፡-

1. የሰሎሞን መንግሥተ ምን ያህል ትልቅ ነበር?
2. ብዙ መርከቦች እንዲሠራ ሰሎሞንን የረዳው ማን ነበር?
3. መርከቦቹ የተሠሩት የት ነበር?
4. በመርከቦቹ ወደ ዓለም ሁሉ ይሄዱ የነበሩት እነማን ነበሩ?
5. መርከበኞቹ ምን ዐይነት ነገሮች ይዘው ነበር የሚመለሱት??

የእግዚአብሔርን ቃል እንዲያስታውሱ ልጆችን ለመርዳት በቃል የሚያዝ ጥቅስ፡-

ንጉሥ ሰሎሞን በሀብትም ሆነ በጥበብ፣ ከምድር ነገሥታት ሁሉ የበለጠ ነበር። (2ዜና መዋዕል 9፥22)

የሚደረጉ ነገሮች፡-

አጭር የመጽሐፍ ቅዱስ ጥያቄ፦ የንጉሡ መርከቦች
ከለር የሚቀባ፦ የንጉሡ መርከቦች ወዴት ነበር የሚሄዱት?
ስለ ፊንቃውያን፦ ፊንቃውያን እነማን ነበሩ?
መልስ መስጠት፤ ከለር መቀባት፦ የንጉሡ መርከቦች
የፓስፖርት ሥራ፦ የራሳችሁን ፓስፖርት ሥሩ!
የዓለም ካርታ፦ ኦፊር የት ነው የሚገኘው?
የመርከበኛ የዕለት ውሎ፦የዕለት ጉዞዬ
ጥናታዊ ገጽ፦ የንጉሥ ሰሎሞን መርከቦች
የሚሠራ፦ የንጉሥ ሰሎሞን ሰዎች
መሥሪያ ገጽ፦ የዓለም ነጋዴዎች

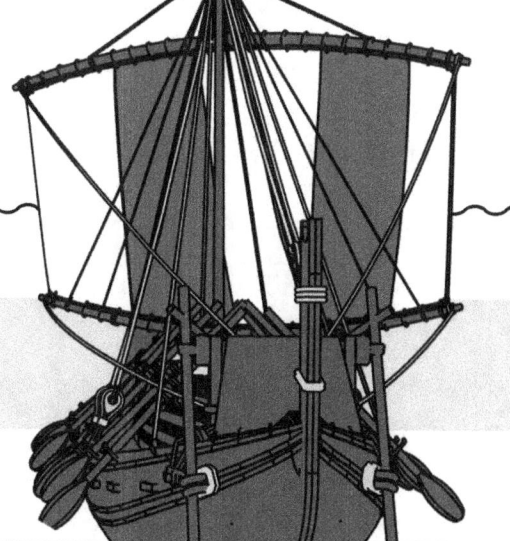

የመዝጊያ ጸሎት

በአጭር ጸሎት ትምህርቱን አብቃ።

Jewish Voice Ministries International

የንጉሡ መርከቦች

1 ነገሥት 9፥10-28 እና 2ዜና
መዋዕል 9፥13-28 አንብቡ።
ከታች ላሉት ጥያቄዎች መልስ ስጡ።

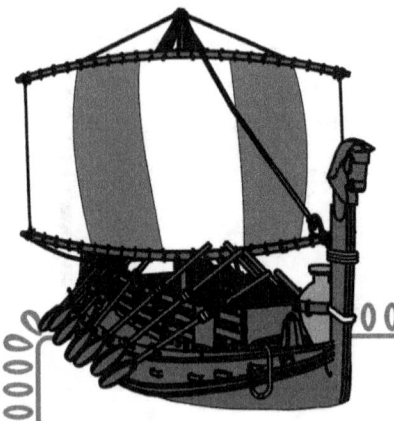

1. የጢሮስ ንጉሥ ማን ነበር? ....
2. ሰሎሞን መርከቦቹን የሠራው የት ነው? ....
3. መርከቦቹን እንዲሠራ ሰሎሞንን ከመርዳት ሌላ፤ ንጉሥ ኪራም ሌላ ምን ነበር የላከለት? ....
4. መርከበኞቹ ወደ እስራኤል የሚመለሱት በምን ያህል ጊዜ ነበር? ....
5. መርከበኞቹ ምን ዐይነት ነገሮች ይዘው ነበር የሚመለሱት? ....
6. መርከበኞቹ ምን ያህል ወርቅ ይዘው ነበር የሚመለሱት? ....
7. ንጉሥ ሰሎሞን ከምን በተሠራ ዋንጫ ነበር የሚጠጣው? ....
8. ለሰሎሞን ጥበብ የሰጠው ማን ነው? ....

የንጉሡ መርከቦች ወዴት ነበር የሚሄዱት?

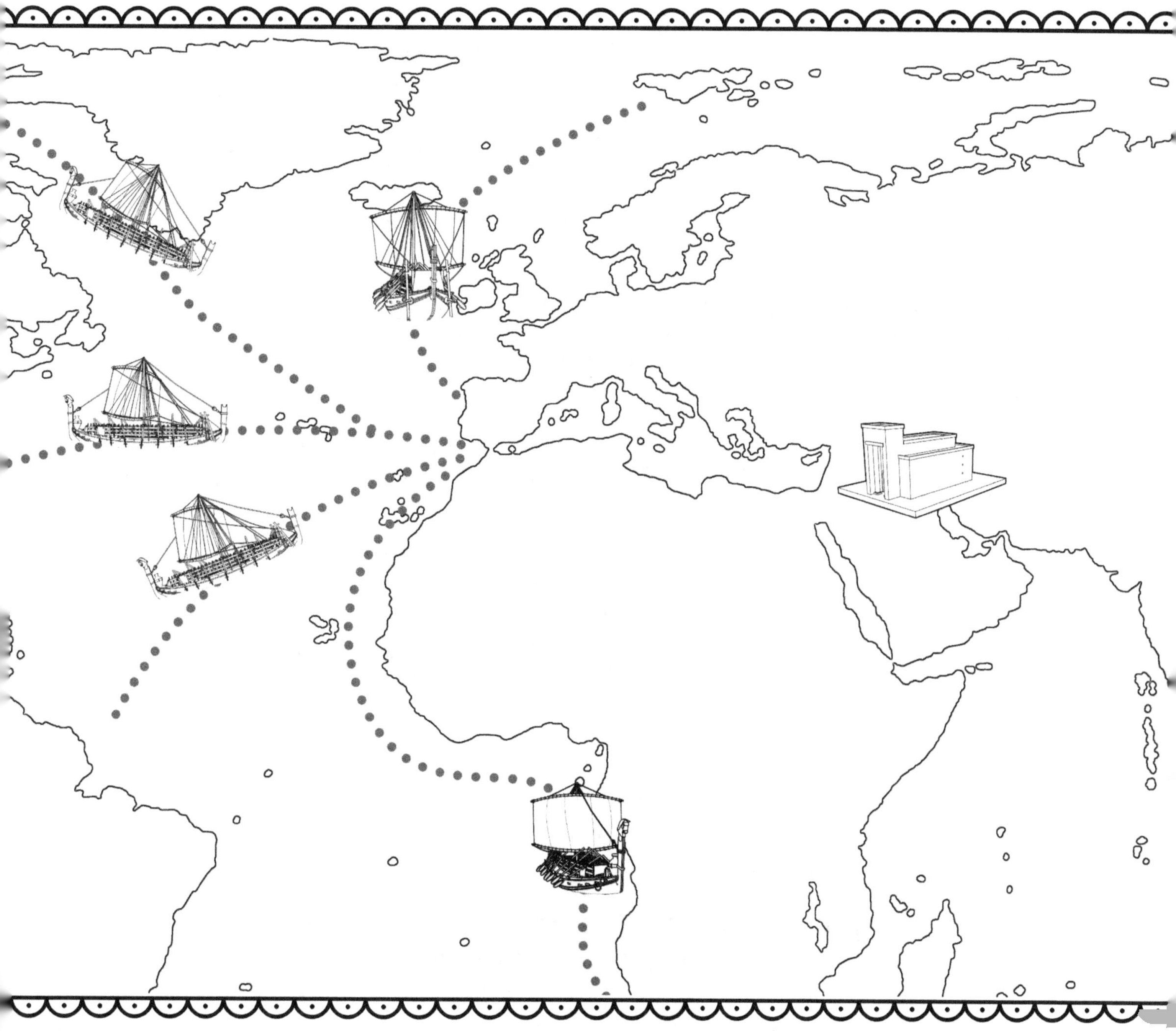

ፊንቃውያን እነማን ነበሩ?

ፊንቃውያን በዘመኑ ሊባኖስና ሶርያ የባሕር ዳርቻ ይኖሩ የነበሩ ሥልጡን ሴማውያን ሕዝብ ነበሩ። በ1500 ዓመት እና 300 ዓመት ከክርስቶስ ልደት በፊት በነበረው ዘመን መካከል ፊንቃውያን በዓለም የታወቁ መርከበኞችና የባሕር ተጓዦች ነበሩ። መኖሪያቸውን ጢሮስና ሲዶንን በመሳሰሉ ከተሞች በማድረግ ከሌላ አገር ሕዝቦችና ባሕሎች ጋር ንግድ ለመለዋወጥ ሜድትራንያንን፣ አትላንቲክን፣ ቀይ ባሕርንና ሕንድ ውቅያኖስን አቋርጠው ይጓዙ ነበር። መርከቦቻቸው እስከ 6,500 ቶን ይመዝኑ እንደ ነበርና ከዕቃ መጫኛዎች ጋር እስከ 600 ሰዎች ድረስ ይጭኑ እንደ ነበር ታሪክ ጸሐፊው ጆሴፈስ ይናገራል።

ከክሪስቶፈር ኮሎምበስ ብዙ ዓመት በፊት ፊንቃውያን ሰሜን አሜሪካን ማግኘታቸውን ብዙ ታሪክ አዋቂዎች ያምናሉ። ፖሊዮ ዕብራይስጥ ጽሑፍ መገኘቱን (አሥሩ ትእዛዞችን ጨምሮ)፣ ጥንታዊ የመዳብ ማውጫዎችን፣ ጥንታዊ የማምለኪያ ቦታዎችን፣ በሰሜን አሜሪካ ሕንዶች መካከል የዕብራውያን ባሕል መገኘቱን ፊንቃውያን በጥንት ዘመን ለነበራቸው ተፅዕኖ እንደ ማስረጃ ያቀርባሉ። ለምሳሌ ከሜይን ባሕር ዳርቻ አሥር ማይል ርቀት ላይ የሚገኘው ሞንሔጋን ደሴት በሴልቲክ ኦጋም የተጻፈ አንድ የድንጋይ ላይ ጽሑፍ፣ ከፊንቄ ለሚመጡ መርከቦች ዕቃ ማሳረፊያ ቦታ የሚል ቃል ይነበባል። ከእነዚህ የድንጋይ ላይ ጽሑፎችና የፊንቃውያንን የመርከበኛነት ችሎታ ከሚያመለክቱ ሌሎች የታሪክ ሰነዶች በመነሣት እነዚህ ታሪክ አዋቂዎች ከክርስቶስ ልደት በፊት ብዙ ዓመት አስቀድሞ በአሜሪካና በሜዲትራንያን መካከል ከፍተኛ የንግድ ልውውጥ ነበር የሚል መደምደሚያ ላይ ደርሰዋል።

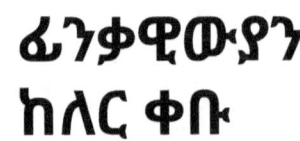

ፊንቃዊውያን ከለር ቀቡ

የፊንቃውያን መርከቦች ምን ያህል ትልቅ ነበሩ?

....

አንዳንድ ታሪክ አዋቂዎች ፊንቃውያን ሰሜን አሜሪካንን እንዳገኙ የሚያምኑት ለምንድነው?

....

የንጉሡ መርከቦች

1 ነገሥት 9 አንብቡ። ለጥያቄዎቹ መልስ ስጡ። ስዕሉን ከለር ቀቡ።

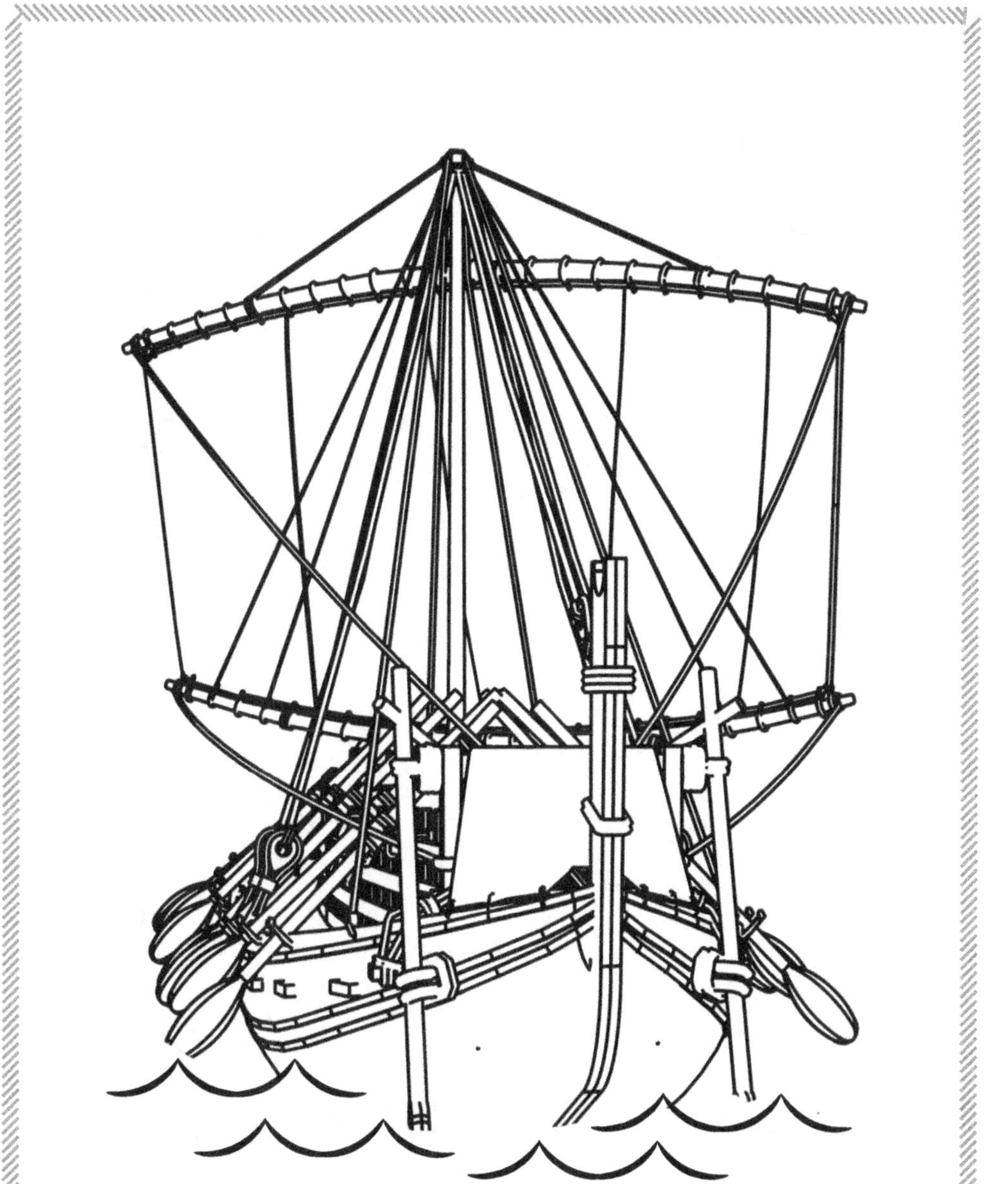

1. ንጉሥ ሰሎሞን ፈጣን ጀልባዎቹን የሠራው የት ነበር? (ቁጥር 26)

....

....

....

....

2. ኪራም ከመርከቦቹ ጋር የላከው ምን ነበር? (ቁጥር 27)

....

....

....

....

3. መርከበኞቹ ምን ያህል ወርቅ ይዘው ነበር የሚመለሱት (ቁጥር 28)

....

....

....

....

የራሳችሁን ፓስፖርት ሥሩ!

የንጉሡ መርከቦች ከሌላ አገር ሰዎች ጋር ንግድ ለማድረግ ወደ ዓለም ሁሉ ይሄዱ ነበር። በዚህ ዘመን ወደ ሌሎች አገሮች ለመሄድ ፓስፖርት ያስፈልጋችኋል። ወደ የት አገር ተጉዛችሁ ታውቃላችሁ? ከታች ያለውን ፓስፖርት ገጾች ሙሉ።

ስም፦ ....
አድራሻ፦ ....
የትውልድ ቀን፦ ....
የተጓዛችሁባቸው አገሮች፦

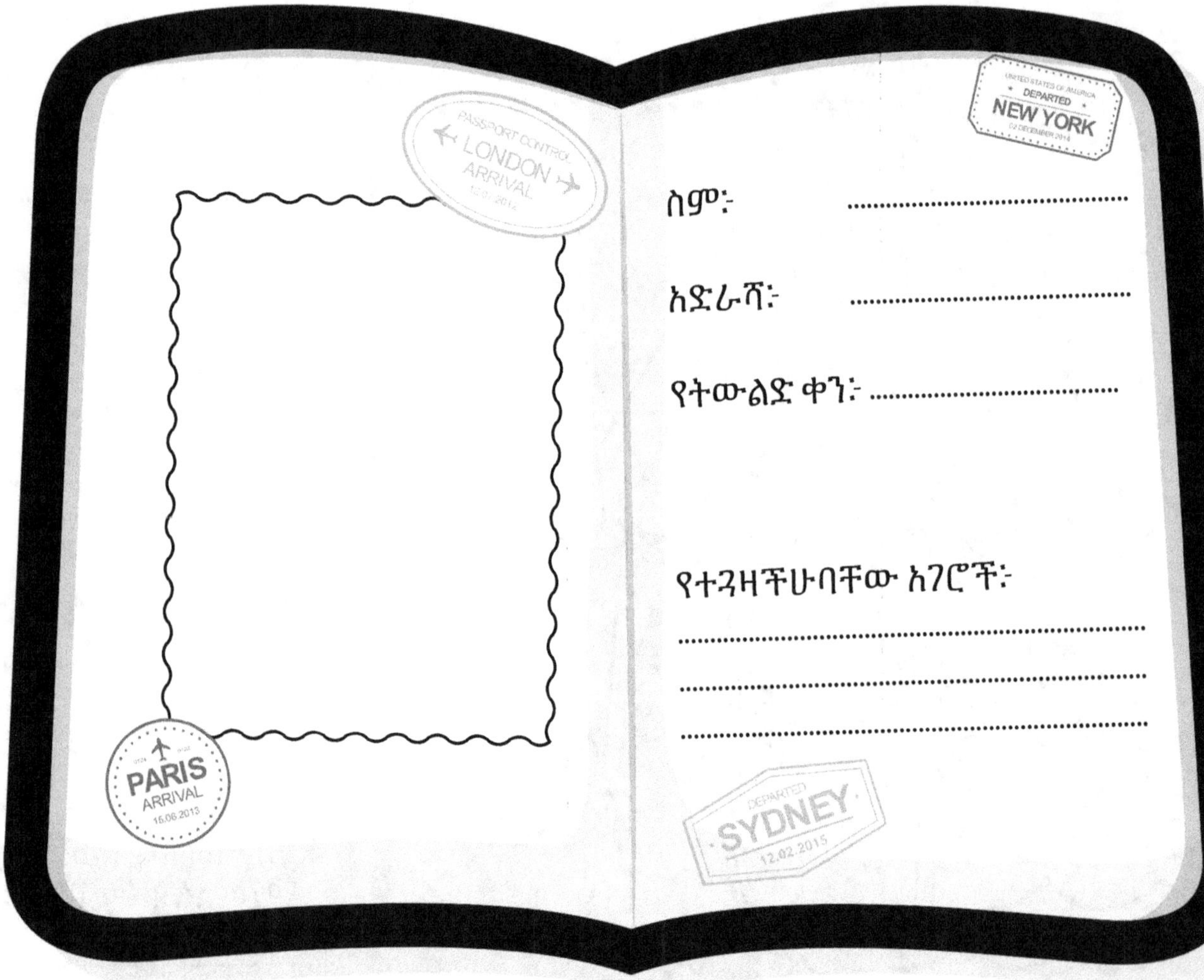

Jewish Voice Ministries International

የጉዞ ማስታወሻዬ

የሰሎሞን መርከበኞች ሦስት ዓመት ባሕር ላይ ነበሩ። ያን ያህል ጊዜ ከቤት ውጪ ማሳለፍ በጣም ብዙ ነው። ከሰሎሞን መርከቦች አንዱ ላይ መርከበኛ እንደ ነበራችሁ አስቡ። የጉዞ ማስታዎሻችሁን መዝግቡ። አስተሳሰባችሁን ተጠቀሙ!

ይህን ተማርሁ...

ይህን ሰማሁ...

የበላሁት ጥሩ ምግብ...

አገኘሁ...

የተመከለትሁት እንግዳ ነገር...

የንጉሥ ሰሎሞን ፈጣን መርከቦች

ሰሎሞንና ፊንቃውያን ቀይ ባሕር በሚገኘው ጽዮን ጋብር ፈጣን መርከቦችን በሠሩ ጊዜ፣ ንጉሡ መርከቦቹን በስተቀኝ ወደ ሕንድ ውቅያኖስ፣ በስተ ምዕራብ ወደ አትላንቲክ ውቅያኖስ፣ በግብፅ መተላለፊያ በኩል ወደ ሰሜን አሜሪካ ላካቸው። ይህ መተላለፊያ የዐባይን ወንዝ ከቀይ ባሕር ጋር ያያይዛል። ይህ መተላለፊያ 100 ማይል ርዝመት፣ 30-40 ያርድ ስፋት እንደ ነበረውና በዚያ በኩል ለመቅዘፍ በጥቂቱ አራት ቀን ይወስድ እንደ ነበር አንዳንድ ታሪክ አዋቂዎች ያምናሉ!

እስራኤላውያንና ፊንቃውያን የሚያደርጉት አሰሳ በሰሎሞን አገዛዝ ዘመን ከፍተኛ ደረጃ ላይ ደርሶ ነበር፤ ለዚህ ዋናው ምክንያት በሰሎሞን መሪነት የሜዲትራንያን ኃይሎች በአንድነት መሰለፋቸው ነበር። ንጉሥ ዳዊት ከአሶርና ከሜዲትራንያን ኃይሎች ጋር ባደረገው ውጊያ ጠላት አሶር) 'ተወግዶ' ነበር። ስለሆነም የሚገዳደሩዋቸው ጠላቶች በሌሉበት ሁኔታ በታላቅ ኃይል እስራኤላውያን፣ ፊንቃውያንና ግብፆች ዓለም አቀፍ አሰሳ ለማድረግና መንግሥተ ለመመሥረት ሀብታቸውን ተጠቅመውበት ነበር።

መርከቡን ከለር ቀቡ

ሰሎሞን መርከቦቹን የላካቸው ወዴት ነበር?

....

የግብፃውያን ባሕር መተላለፊያ ምን ያህል ትልቅ ነበር?

....

የዓለም ነጋዴዎች

በሰሎሞን ዘመን ፊንቃውያን በጣም የተራቀቁ መርከበኞችና ነጋዴዎች ነበሩ። መኖሪያቸውን ጢሮስና ሲዶንን በመሳሰሉ የባሕር ዳርቻዎች በማድረግ ከሌሎች ሕዝቦችና ባሕሎች ጋር የንግድ ልውውጥ ለማድረግ ሜዲትራንያንን፣ አትላንቲክን ቀይ ባሕርንና ሕንድ ውቅያኖስን አቋርጠው ይቀዝፉ ነበር። የጢሮስ ንጉሥ ኪራም በጽዮን ጋብር ፈጣን መርከቦች እንዲሠራ ሰሎሞንን ረድቶታል። ፊንቃውያን ወደ ሌሎች ቦታዎች ምን ይወስዱ እንደ ነበር ለመረዳት ኢንተርኔት ወይም ኢንሳይክሎፒድያ ተጠቀሙ። ከታች ባሉ ሳጥኖች ላይ ጻፏቸው።

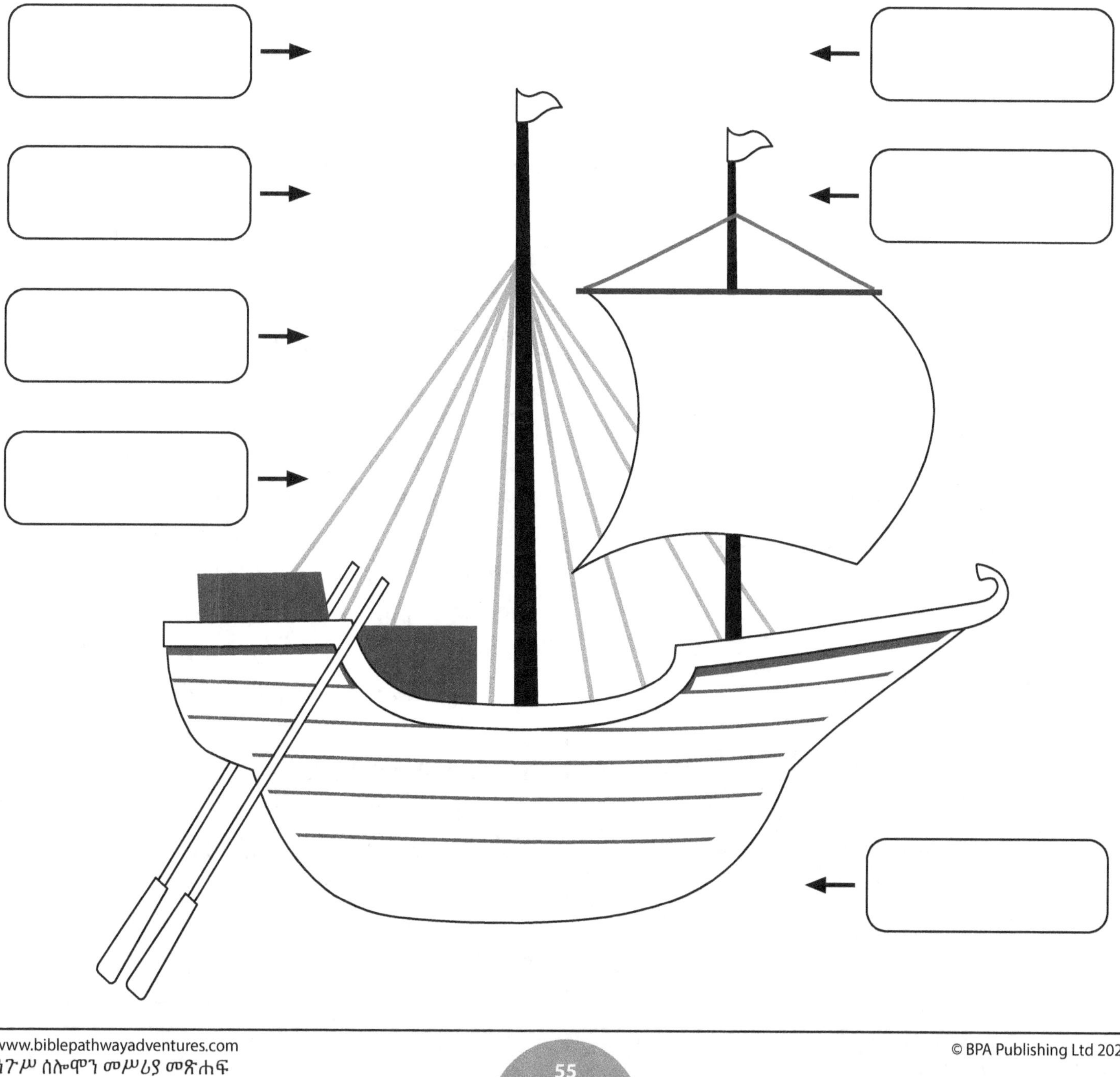

Jewish Voice Ministries International

ትምህርት 5

የትምህርቱ ዕቅድ

የሳባ ንግሥተ

አስተማሪው :- ________________________________

የዛሬው የመጽሐፍ ቅዱስ ምንባብ፦ 1 ነገሥት 10፥1-13

የእንኳን መጣችሁ ጸሎት፡-

ትምህርቱን ከመጀመርህ በፊት ከልጆቹ ጋር አጭር ጸሎት አድርግ።

የትምህርቱ ግቦች፡-

በዚህ ትምህርት ልጆቹ፡-

1. የሳባ ነገሥት ለምን ወደ ሰሎሞን እንደ መጣች
2. የሰሎሞንን ሀብትና ጥበብ ስታይ የሰጠቻውን ምላሽ ይማራሉ

ይህን ታውቃላችሁ?

የሳባ ምድር የአሁኑ ዘመን የመን ያለበት ቦታ እንደ ነበር ብዙ የመጽሐፍ ቅዱስ ምሁራን ያምናሉ።

የመጽሐፍ ቅዱስ ትምህርት ዳሰሳ፡-

ከኢየሩሳሌም በጣም ርቆ የሳባ አገርን የምትገዛ ንግሥተ ነበረች። ስለ ሰሎሞን ጥበብ ብዙ ሰምታ ስለነበር ወደ እርሱ ለመምጣት ወሰነች። ኢየሩሳሌም ስትደርስ የቤተ መንግሥቱን ትልቅነት፣ የሀብቱን ብዛት እና በጣም የሚያምረውን ቤተ መቅደሱን አየች። ብዙ ከባድ ጥያቄዎች አቀረበችለት። እርሱ መልስ ያልሰጠው አንድ ጥያቄ እንኳ አልነበረም። በአገሬ ሳለሁ ስለ ታላቅ ሥራህና ጥበብህ የሰማሁዋቸው ታሪኮች እውነት ናቸው አለች። መጥቼ በዐይኔ እስከማይ ድረስ አላመንሁም ነበር። አሁን ግን ከሰማሁት ሁሉ የበለጠ መሆኑን አይቻለሁ። ሀብትህና ጥበብህ ሰዎች ከነገሩኝ ይበልጣል። አምላክህ እግዚአብሔር የተመሰገነ ይሁን! ወርቅ፣ ቅመማ ቅመሞችና የከበሩ ድንጋዮች ሰጠቻው። ሰሎሞንም ልቧ የተመኘውን ለንግሥቲቱ ሰጣት።

Jewish Voice Ministries International

ትምህርቱን እንከልስ፡-

ለተማሪዎቹ ጥያቄዎች፡-

1. ንግሥቲቱ የምትገዛው የትኛውን መንግሥት ነበር?
2. ንግሥቲቱ ወደ ንጉሥ ሰሎሞን የመጣችው ለምን ነበር?
3. ንግሥቲቱ ኢየሩሳሌም ስትደርስ ምን ነበር ያየችው?
4. ንግሥቲቱ ለንጉሥ ሰሎሞን ምን ሰጠችው?
5. ለሰሎሞን ጥበቡን የሰጠው ማን ነው?

የእግዚአብሔርን ቃል እንዲያስታውሱ ልጆችን ለመርዳት በቃል የሚያዝ ጥቅስ፡-

እግዚአብሔር በዘላለም ፍቅሩ እስራኤልን ከመውደዱ የተነሣ፣ ፍትሕና ጽድቅ እንዲሰፍን አንተን ንጉሥ አድርጎ አስነሳህ። (1 ነገሥት 10፡9)

የሚደረጉ ነገሮች፡-

አጭር የመጽሐፍ ቅዱስ ጥያቄ፦ የንግሥተ ሳባ ጉብኝት

ከለር የሚቀባ፦ የሳባ ንግሥተ

ነጥቦቹን ማያያዝ፦ የሳባ ንግሥተ

መሥሪያ ገጽ፦ እንሂድ!

ውስብስብ መንገድ፦ የሳባ ንግሥተ ሰሎሞንን ጐበኘች

ካርታ ሠሪ፦ እኔ አሳሽ ነኝ!

ዕብራይስጥ እንማር፦ ሰሎሞን

መሥሪያ ገጽ፦ እንሳል!

መሥሪያ ገጽ፦ ለአንድ ቀን ንጉሥ ወይም ንግሥተ ብሆን ኖሮ

የመዝጊያ ጸሎት

በአጭር ጸሎት ትምህርቱን አብቃ።

Jewish Voice Ministries International

የሳባ ንግሥተ ጉብኝት

1 ነገሥት 10-11 አንብቡ።
ከታች ላሉት ጥያቄዎች መልስ ስጡ።

1. ንግሥተ ሳባ ሰሎሞንን የጐበኘችው ለምን ነበር? ....
2. ንግሥቲቱ ምን ዐይነት ስጦታዎች ይዛ ነበር የመጣችው? ....
3. ንግሥቲቱ የሰሎሞንን አገልጋዮች እንዴት ነበር የገለጸችው? ....
4. ሰሎሞንን በተመለከተ ንግሥቲቱን በጣም ያስገረማት ምን ነበር? ....
5. 1 ነገሥት 10-፧9 ላይ ንግሥተ ሳባ ስለ እግዚአብሔር ምን ነበር ያለችው? ....
6. ቤተ መቅደሱ የትኛው ከተማ ነበር የሚገኘው? ....
7. የሰሎሞን እናት ማን ነበረች? ....
8. ኪራም የላከለትን እንጨት ሰሎሞን ምን አደረገበት? ....
9. ሰሎሞን ለንግሥቲቱ ምን ነበር የሰጣት? ....
10. ንግሥቲቱና አገልጋዮቿ ከኢየሩሳሌም ከተነሱ በኋላ ወዴት ሄዱ? ....

Jewish Voice Ministries International

ንግሥተ ሳባ

1 ነገሥት 10-11 አንብቡና ከታች ያለውን ጥቅስ ጻፉ።

....

....

....

1. ንግሥተ ሳባ ሰሎሞንን የጐበኘችው ለምን ነበር?

....

....

2. ንግሥቲቱ ምን ዐይነት ስጦታዎች ይዛ ነበር የመጣችው?

....

....

3. ሰሎሞን ለንግሥቲቱ ምን ነበር የሰጣት።

....

....

ከታሪኩ ደስ ያሰኛችሁን ሁኔታ ሳሉ።

የንግሥተ ሳባ ሕይወት ምንድነው የሚያስተምረኝ?	ንግሥተ ሳባ ሰሎሞንን... ጠየቀችው
....	....
....	....

ንግሥተ ሳባ

ንግሥተ ሳባ በጣም ከባድ ጥያቄዎች ይዛ ሰሎሞንን ለመፈተን ወደ ኢየሩሳሌም
መጣች (1 ነገሥት 10፥1) ስዕሉን ለማየት ነጠብጣቦቹን አያይዙ

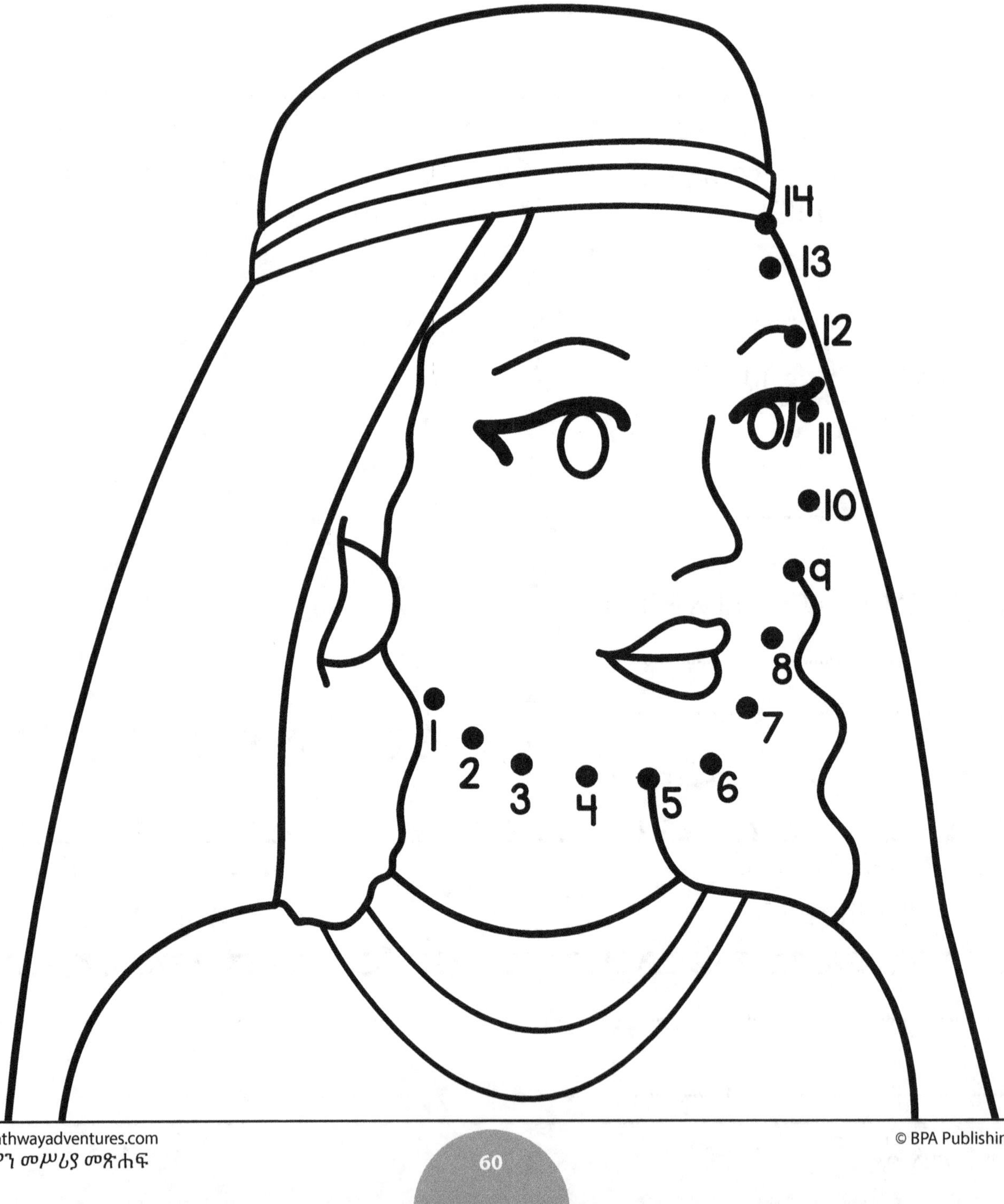

Jewish Voice Ministries International

የንግሥተ ሳባ ጉዞ

ንግሥተ ሳባ ንጉሥ ሰሎሞንን ለማየት ወደ እስራኤል አገር ተጓዘች። ረጅምና አስቸጋሪ ጉዞ ነበር። ምን ይዛ የመጣች ይመስላችኋል? በጥንት መካከለኛው ምሥራቅ ሕይወት ምን እንደሚመስል አስቡ፤ አንዳንድ ነገሮችን ዘርዝሩ። ከዚያም እያንዳንዱን ነገር ሻንጣው ውስጥ ሳሉ።

1. ....

2. ....

3. ....

4. ....

5. ....

6. ....

7. ....

8. ....

9. ....

10. ....

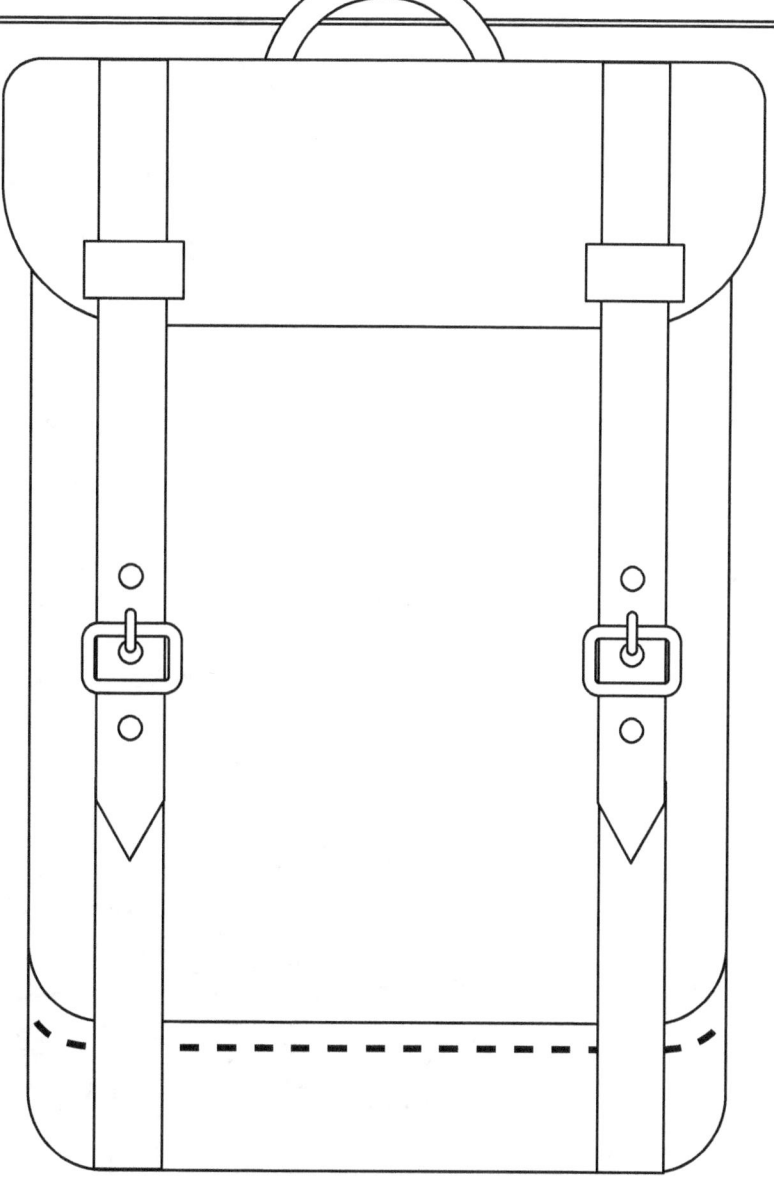

Jewish Voice Ministries International

ንግሥተ ሳባ ሰሎሞንን ጐበኘች

ወደ እስራኤል አገር ለመሄድ መንገዱን እንድታገኝ ንግሥተ ሳባን እርዷት።

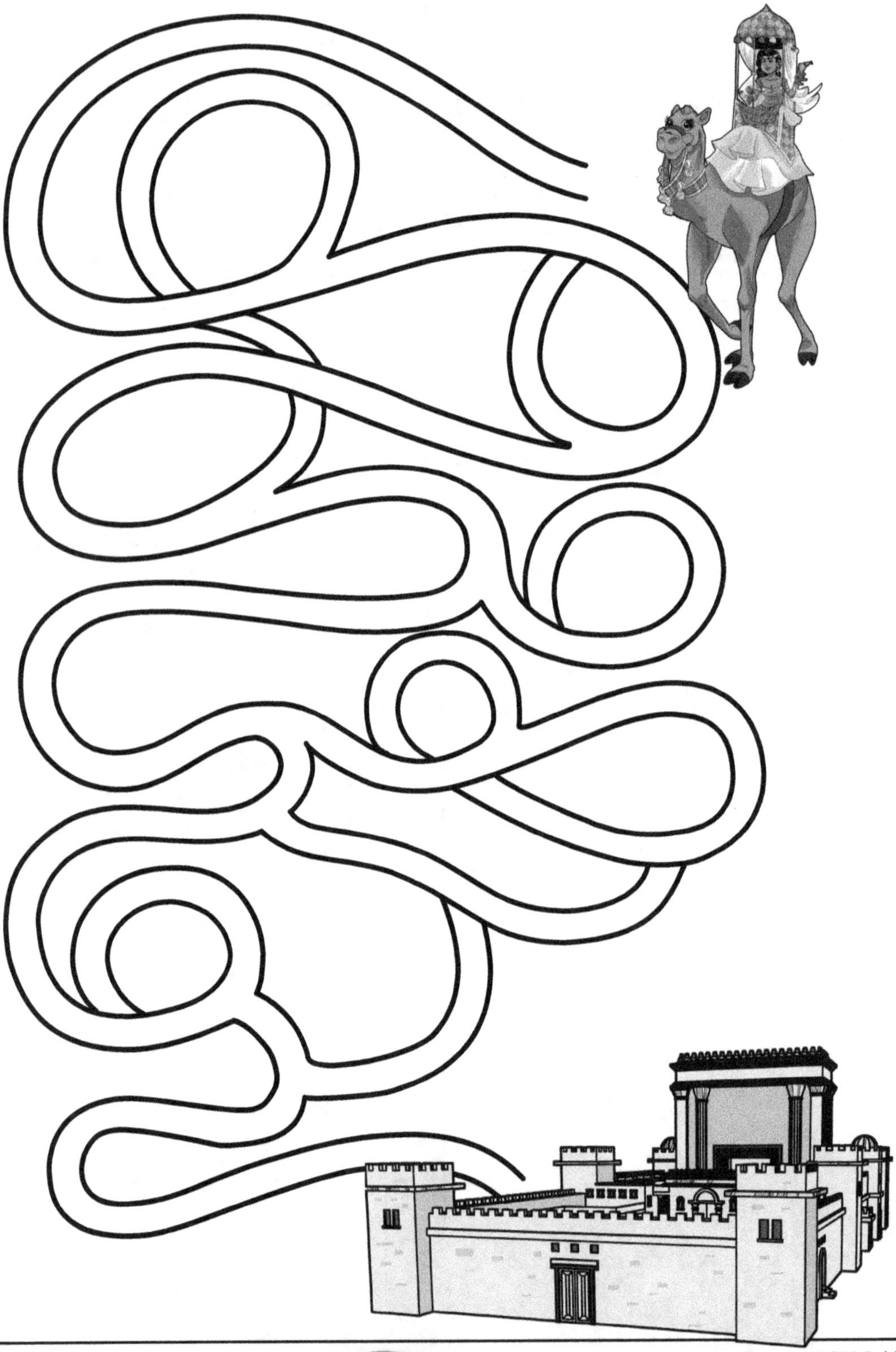

እኔ አሳሽ ነኝ!

በጥንቱ መካከለኛው ምሥራቅ አሳሽ እንደሆናችሁ አስቡ። ወደ ኢየሩሳሌም የምትሄዱበትን መንገድ እንድታገኝ ንግሥተ ሳባን ለመርዳት በዚህ ካርታ ላይ አቅጣጫዎች በማመልከት ካርታ የመሥራት ችሎታ ተለማመዱ። ወንዞችን፣ ከተሞችን፣ ተራሮችንና በረሐዎችን መጨመር አትርሱ። በአስተሳሰባችሁ ተጠቀሙ!

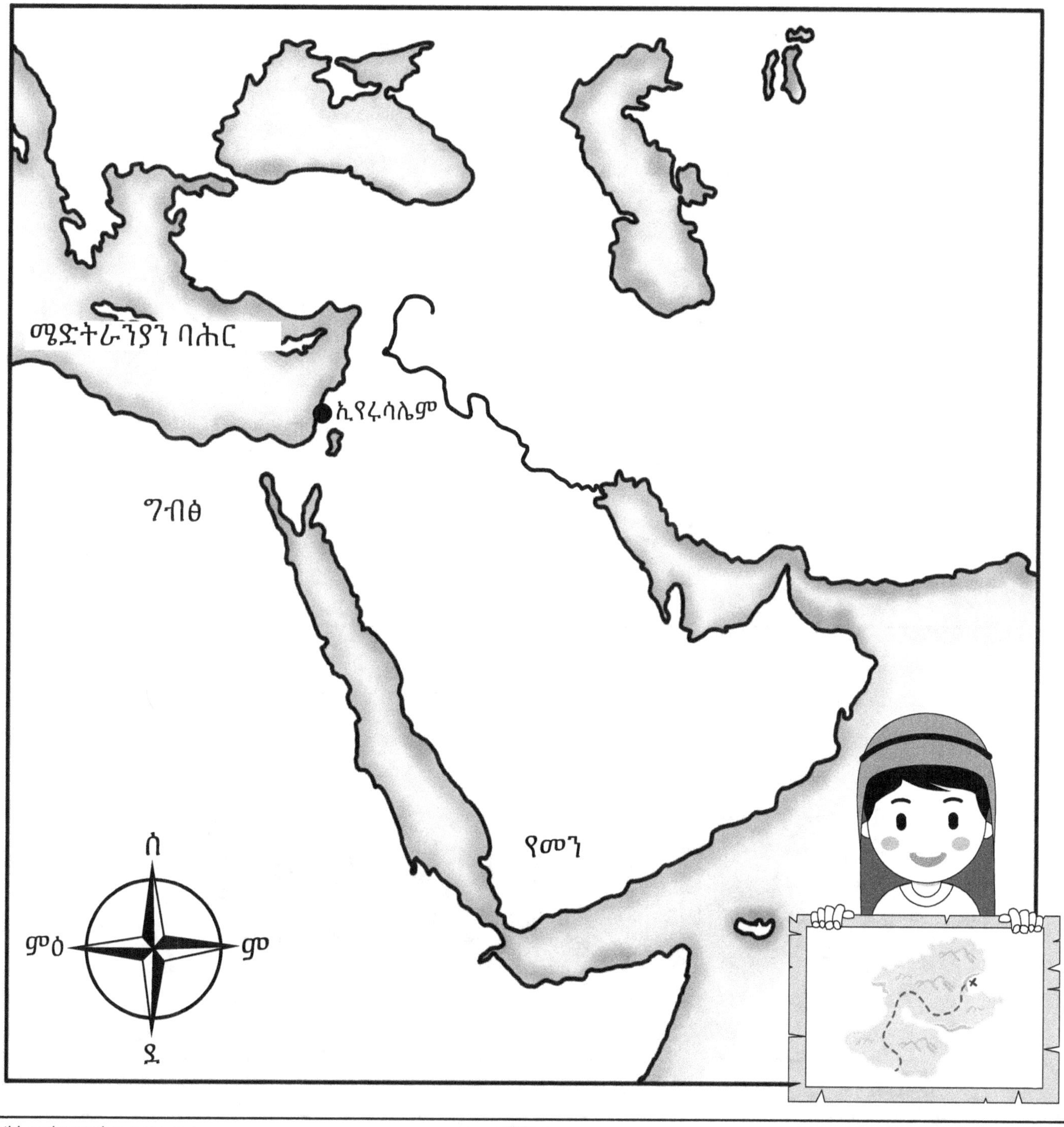

ሜዲትራንያን ባሕር

ኢየሩሳሌም

ግብፅ

የመን

ሰ

ምዕ   ም

ዱ

Jewish Voice Ministries International

ሺሎምህ

የሰሎሞን ስም በዕብራይስጥ ሺሎምህ ነው። ንግሥተ ሳባ ስለ ሰሎሞን ሰማች፤ ስለዚህም እርሱን ለመፈተን ከባድ ጥያቄዎች ይዛ ኢየሩሳሌም መጣች። ሆኖም የሰሎሞን ጥበብ የመጣው ከእግዚአብሔር ነው። እርሱ መመለስ ያልቻለው አንድ ጥያቄ እንኳ አልነበረም።

ሺሎምህ

שְׁלֹמֹה

ሰሎሞን

שלמה

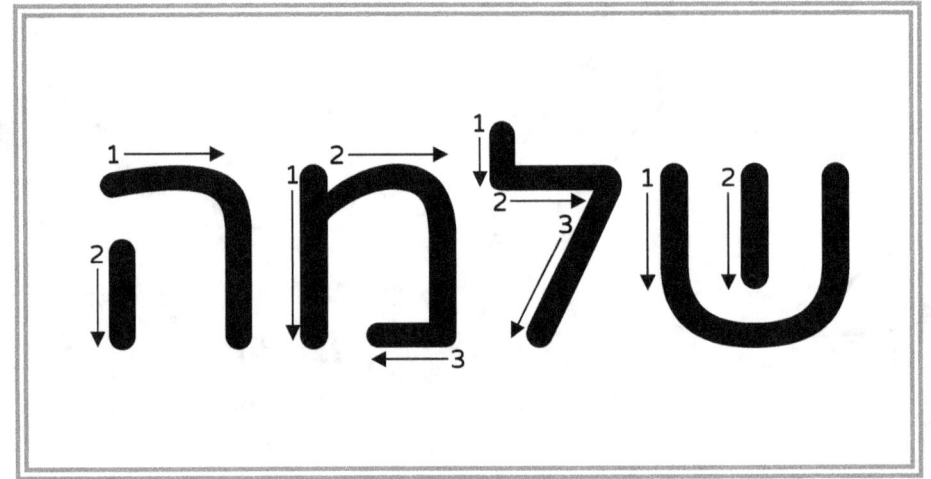

እንጻፍ!

ከታች ባሉት መስመሮች 'ሺሎምህ' የሚለውን ስም ጻፉ።

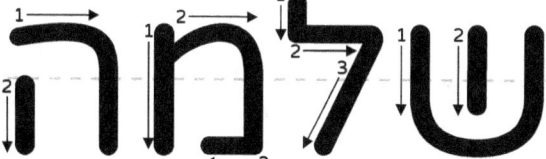

שלמה

שלמה

ይህን በራሳችሁ ሞክሩ፤ ዕብራይስጥ
የሚጻፈው ከቀኝ ወደ ግራ መሆኑን አስታውሱ።

Jewish Voice Ministries International

እንሳል!

ሀብቱን ለማየትና ጥበቡን ራሷ ለመስማት ንግሥተ ሳባ ሰሎሞንን ለመጐብኘት መጣች (1 ነገሥት 10፥1-13)፡፡ ከዚህ የመጽሐፍ ቅዱስ ምንባብ ደስ ያላችሁን ሁኔታ ወይም ቦታ ሳሉ፡፡ በአስተሳሰባችሁ ተጠቀሙ!

ለአንድ ቀን ንጉሥ ወይም ንግሥተ ብሆን ኖሮ

ምን ለውጥ ታደርጉ ነበር? ሕዝባችሁን እንዴት ታገለግሉ ነበር? ሐሳባችሁን ከታች ባለው ጥቅልል ላይ ጻፉ። ለአንድ ቀን ንጉሥ ወይም ንግሥተ ብትሆኑ ኖሮ ምን ታደርጉ ነበር?

ለአንድ ቀን ንጉስ ወይም ንግስት ብትሆኑ ምን ታደርጋላችሁ?

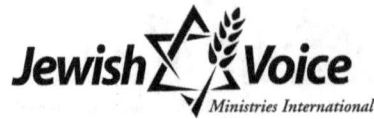

Jewish Voice Ministries International

የእጅ ሥራዎችና ፕሮጀክቶች

ጥቅሶቹን ማዛመድ

1 ነገሥት 2-3 አንብቡ። ከሰር ቀቡና እያንዳንዱን ገጸ ባሕርይ ቀዳችሁ አውጡ።

1.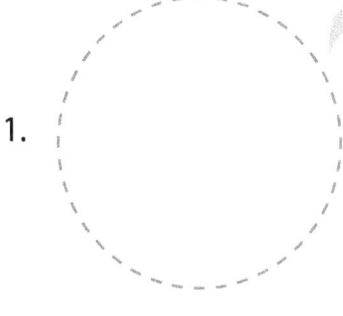

‹‹...በሕይወት ያለውን ሕፃን ስጧት፤ አትግደሉት።››
1 ነገሥት 3፥26

2.

‹‹...ሕዝብህን ማስተዳደር እንዲችል ለባሪያህ አስተዋይ ልብ ስጠው።››
1 ነገሥት 3፥9

3.

‹‹በመንገዴ ብትሄድ፤ ሥርዓቴንና ትእዛዜን ብትጠብቅ...ዕድሜህን አረዝመዋለሁ።››
1 ነገሥት 3፥14

4.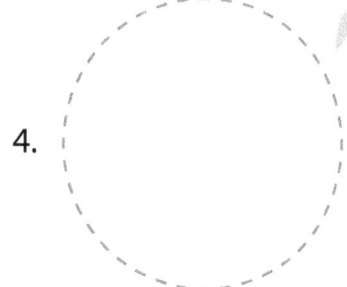

‹‹በርታ፤ ሰውም ሁን።››
1 ነገሥት 2፥22

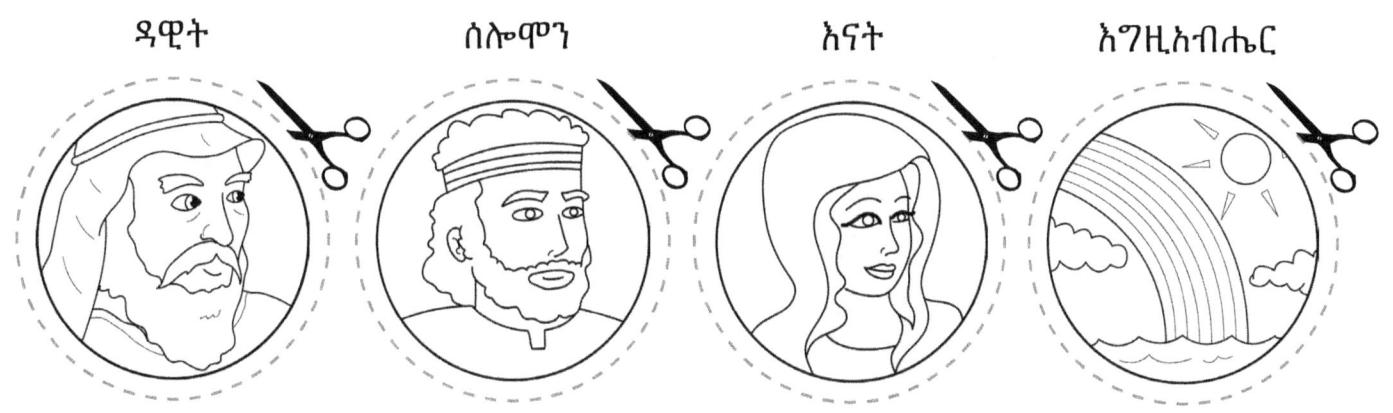

ዳዊት   ሰሎሞን   እናት   እግዚአብሔር

Jewish Voice Ministries International

ኦፊር የት ነው የሚገኘው?

የሰሎሞን መርከበኞች ከኦፊር ወርቅ ያመጡ ነበር። ኦፊር የት ነበር የሚገኘው? ቦታውን ለማግኘት በኢንተርኔት ተጠቀሙ። ከዚያም የአህጉሮቹን ስም ቀድዳችሁ በማውጣት የዓለም ካርታው ላይ ለጥፉ። ካርታችሁ ላይ ኦፊርን ክበቡ።

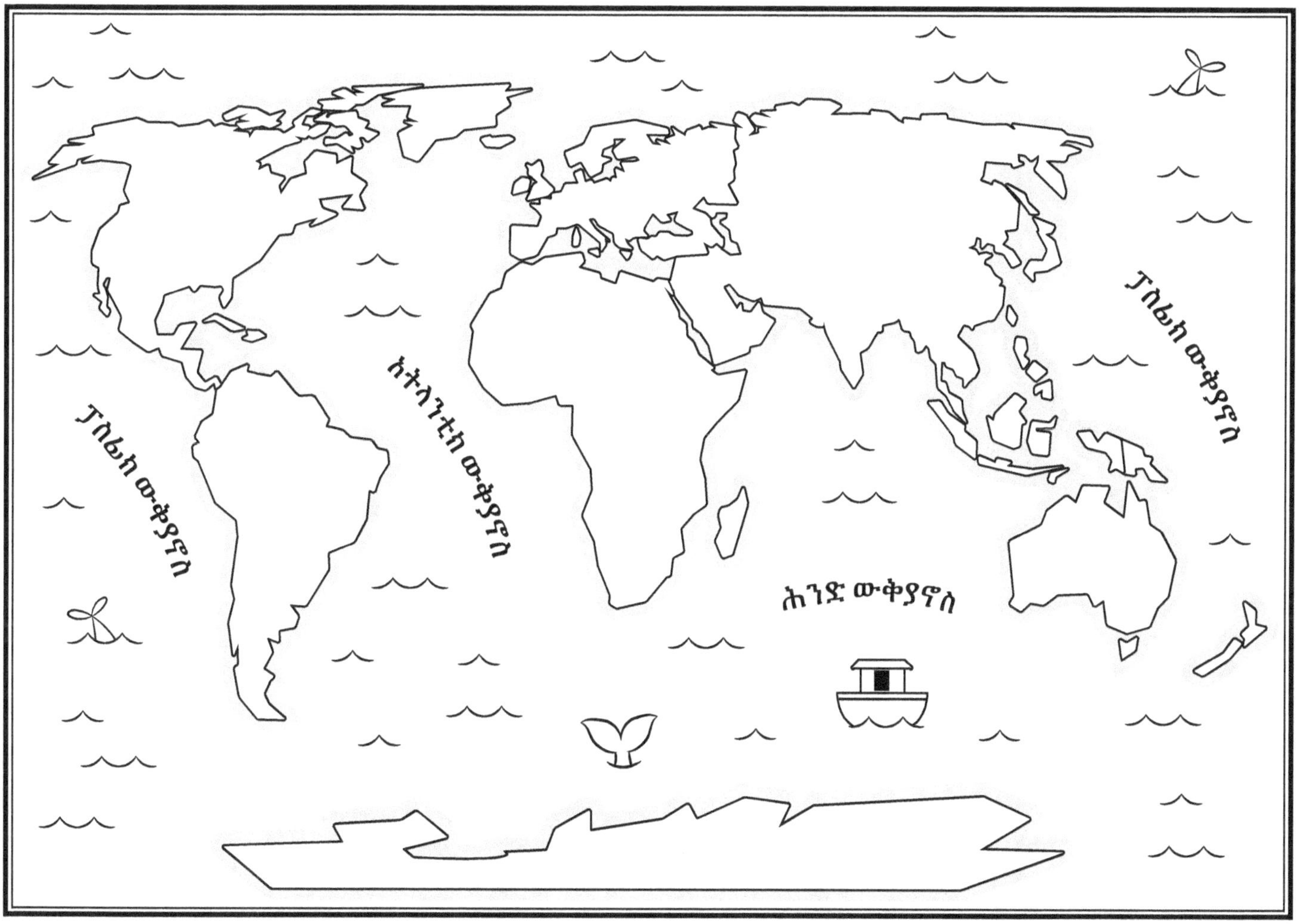

ሰሜን አሜሪካ	ደቡብ አሜሪካ	አንታርክቲካ

አውሮፓ	አፍሪካ	እስያ	አውስትራሊያ

የንጉሥ ሰሎሞን ሰዎች

የንጉሥ ሰሎሞን ሰዎች በመላው ዓለም ይቀዝፉ ነበር። ለንጉሡ ብዙ ስጦታዎች ያመጡለት ነበር። ገጹ ግርጌ ያሉ ቃሎችን አንብቡ። ቃሉን ከትክክለኛው ስዕል ቀጥሎ ጻፉ።

ጦጣ | ወርቅ | ፒኮክ

መርከብ | መርከበኛ

መልሶቹ

ትምህርት አንድ፦ ሰሎሞን ንጉሥ ሆነ
መልሶቹን እንከልስ፦

1. ንጉሥ ዳዊትና ቤርሳቤህ
2. ሰሎሞን
3. ሰሎሞንን በቅሎ ላይ አስቀምጠው ወደ ግዮን ወሰዱት፤ እዚያ የእስራኤላውያን ንጉሥ አደረጉት።
4. ሊቀ ካህኑ ሰሎሞን ራስ ላይ የወይራ ዘይት አፈሰሰ
5. ተማሪዎቹ የመጽሐፍ ቅዱስ ምንባቡን በማንበብ ይህን ጥያቄ እንዲመልሱ አድርግ።

መሥሪያ ገጽ፦ አዶንያስ ማን ነበር?

1. ኦዶንያስ የንጉሥ ዳዊት አራተኛ ልጅ ነበር
2. ሰሎሞንን የእስራኤል ንጉሥ እንዲያደርግ ነቢዩ ናታንና ቤርሳቤህ ንጉሥ ዳዊትን አሳመኑት
3. መማጠኛ ለማግኘት ኦዶንያስ በዳዊት ከተማ ወዳለው መገናኛ ድንኳን ሸሸ
4. ልጆቹ ለዚህ ጥያቄ መልስ እንዲሰጡ አድርግ። መልሶቹ ሊለያዩ ይችላሉ

አጭር የመጽሐፍ ቅዱስ ጥያቄ፦ ሰሎሞን ንጉሥ ሆነ

1. ኦዶንያስ
2. ኢዮአብና አብያታር
3. ቤርሳቤህ
4. ነቢዩ ናታን
5. ካህኑ ሳዶቅ፣ ነቢዩ ናታን፣ የዮዳሄ ልጅ በናያስ፣
6. ካህኑ ሳዶቅ፣ ነቢዩ ናታን፣ የዮዳሄ ልጅ በናያስ፣ ከሊታውያንና ፈሊታውያን
7. በቅሎ
8. ካህኑ ሳዶቅ
9. ሾፋር (ቀንደ መለከት)
10. የመሠዊያውን ቀንድ ያዘ

ስለ፦ ሊቀ ካህኑ ሳዶቅ
አሥራ ሁለቱ የእስራኤል ነገዶች (ራእይ 7)፦

1. ይሁዳ
2. ሮቤል
3. ጋድ
4. አሴር
5. ንፍታሌም
6. ምናሴ
7. ስምዖን
8. ሌዊ
9. ይሳኮር
10. ዛብሎን
11. ዮሴፍ
12. ብንያም

ቃሉን ምን ይላል? ሳዶቅ ሰሎሞንን ቀባው

ንጉሥ ዳዊትም፣ ካህኑን ሳዶቅን፣ ነቢዩ ናታንንና የዮዳሄን ልጅ በናያስን ጥሩልኝ አለ። እነርሱም ንጉሡ ፊት በቀረቡ ጊዜ፣ እንዲህ አላቸው፤ የጌታችሁን አገልጋዮች ይዛችሁ በመሄድ ልጄን ሰሎሞንን በራሴ በቅሎ ላይ አስቀምጡት፤ ወደ ግዮን ምንጭም ይዛችሁት ውረዱ። በዚያም ካህኑ ሳዶቅና ነቢዩ ናታን ቀብተው በእስራኤል ላይ ያንግሡት፤ ቀንደ መለከት ነፍታችሁም፣ ንጉሥ ሰሎሞን ለዘላለም ይኑር! ብላችሁ ጩኹ። አጅባችሁት ወደ ላይ ውጡ፤ ከዚያም መጥቶ በዙፋኔ ላይ ይቀመጥ፤ በእኔም ምትክ ይግዛ፤ በእስራኤልና በይሁዳ ላይ ሾሜዋለሁ። የዮዳሄ ልጅ በናያስም ለንጉሡ እንዲህ ሲል መለሰ፤ አሜን የጌታዬ የንጉሡ አምላክ እግዚአብሔር ይህንኑ ያጽናው፤ አዶናይ እግዚአብሔር ከንጉሡ ከጌታዬ ጋር እንደ ነበረ ሁሉ፣ ከሰሎሞንም ጋር ይሁን፤ ዙፋኑንም ከጌታዬ ከንጉሥ ዳዊት ዙፋን የበለጠ ያድርገው። ስለዚህ ካህኑ ሳዶቅ፣ ነቢዩ ናታን፣ የዮዳሄ ልጅ በናያስ፣ ከለታውያንና ፈሊታውያን ወርደው ሰሎሞንን በንጉሡ በዳዊት በቅሎ አስቀምጠው በማጀብ ወደ ግዮን አመጡት። ካህኑ ሳዶቅም የዘይቱን ቀንድ ከመገናኛው ድንኳን ወስዶ ሰሎሞንን ቀባው፤ ከዚያም ቀንደ መለከቱን ነፉ፤ ሕዝቡም በሙሉ፣ ንጉሥ ሰሎሞን ለዘላለም ይኑር። በማለት ዳር እስከዳር አስተጋቡ።

መልስ መስጠት፤ ከለር መቀባት፦ የእስራኤል ንጉሥ

1. ብዙ እንስሳት ገደለ፤ የንጉሡን ልጆች፣ የጦር አዛዦችና ሊቀ ካህኑ አብያታርን በአንድነት ጠርቶ ግብዣ አደረገ።
2. ሰሎሞንን ወደ ግዮን ውሰዱት። በእስራኤል ላይ ንጉሥ እንዲሆን ቀቡት፤ መለከት በመንፋት፣ ‘ ሰሎሞን ለዘላለም ይኑር!’ በሉ
3. ካህኑ ሳዶቅ

ትምህርት ሁለት፦ ጥበበኛው ንጉሥ ሰሎሞን
መልሶቹን እንከልስ፦

1. እግዚአብሔር
2. ሁለቱ ሴቶች (ዝሙት አዳሪዎች)
3. በአንድነት ቤት ውስጥ
4. የአንዷ ሴት ልጅ ሞተ
5. አንደኛዋ እናት ዕኩለ ሌሊት ላይ ተነሥታ ከሌላዋ ሴት ጐን በሕይወት ያለውን ልጅ ወሰደች፤ የሞተውን ልጅ ይህች ሴት ጐን አስተኛች
6. ሰይፍ
7. በሕይወት ያለውን ልጅ ከሁለት ክፈሉና ለአንዷ ግማሹን ለሌላይቱም ግማሹን ስጡ።
8. ጌታዬ ሆይ፣ በሕይወት ያለውን ልጅ ስጧት፤ አትግደሉት!
9. ለእኔም ሆነ ለአንቺ አይሆንም፤ ሁለት ላይ ይከፈል
10. እስራኤላውያን ንጉሡን አከበሩ። ትክክለኛ ውሳኔ ለማድረግ ከእግዚአብሔር የተሰጠውን ጥበብ አዩ።

Jewish Voice Ministries International

መልስ መስጠት፣ ከለር መቀባት፦ የንጉሥ ሰሎሞን ጥበብ

1. አንደኛዋ ሴት የእርሷ ልጅ በሕይወት ያለው እንደሆነ፣ የሌላዋ ግን እንደ ሞተ ተናገረች፤ ሌላዋም ሴት በሕይወት ያለው የእርሷ ልጅ እንደሆነ፣ የሞተው ግን የሌላዋ እንደሆነ ተናገረች።
2. ልጁን ለሁለት ከፈሉት፤ ለእያንዳንዷ እናት ግማሹን ስጡ
3. ንጉሡ በሕይወት ያለውን ልጅ ለእውነተኛዋ እናት ሰጠ

የካርታ ሥራ፦ አሥራ ሁለት የእስራኤል ነገዶች

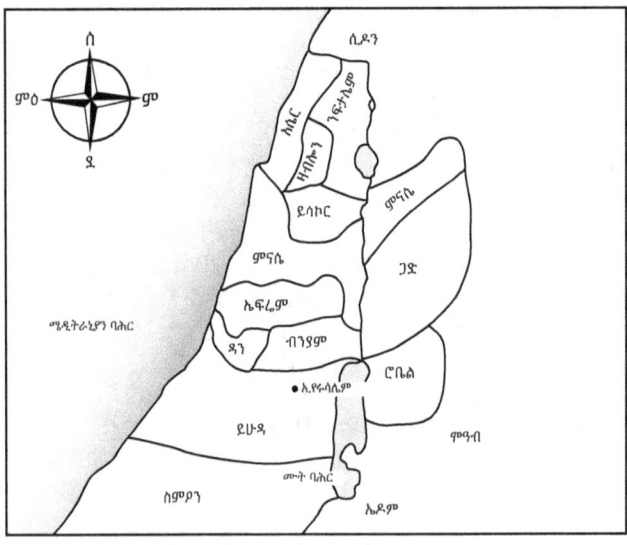

መሥራያ ገጽ፦ ጥቅሱን ማዛመድ

1= በሕይወት ያለው ልጅ እናት፣ 2= ንጉሥ ሰሎሞን፣ 3= እግዚአብሔር፣ 4= ንጉሥ ዳዊት

ቃላቱን ማዘበራረቅ

ሰሎሞን
ንጉሥ
ሕፃን
እናት
እስራኤላዊ
ጥበብ
ሰይፍ
ሕልም

መሥሪያ ገጽ፦ ምሳሌዎቹን ማዛመድ

1. ምሳሌ 22፥6፣ ልጅን በሚሄድበት መንገድ አስተምረው፤ በሚሸመግልበት ጊዜ ከዚያ ፈቀቅ አይልም።
2. ምሳሌ 1፥7፣ እግዚአብሔርን መፍራት የዕውቀት መጀመሪያ ነው፤ ተላሎች ግን ጥበብንና ተግሣጽን ይንቃሉ።
3. ምሳሌ 31፥10፣ ጠባየ መልካምን ሚስት ማን ያገኛታል? ከቀይ ዕንቁ ትበልጣለች።
4. ምሳሌ 4፥23፣ ከሁሉም በላይ ልብህን ጠብቅ የሕይወት ምንጭ ነውና።
5. ምሳሌ 9፥10፣ የጥበብ መጀመሪያ እግዚአብሔርን መፍራት ነው፤ ቅዱሱንም ማወቅ ማስተዋል ነው።
6. ምሳሌ 16፥3፣ የምታደርገውን ሁሉ ለእግዚአብሔር አደራ ስጥ፤ ዕቅድህም ሁሉ ይሳካልሃል።

ትምህርት ሦስት፦ ሰሎሞን ቤተ መቅደስ ሊሠራ ነው መልሶቹን እንከልስ፦

1. ዕንቁ፣ ወርቅና ብር
2. የቃል ኪዳኑ ታቦት
3. ሰባት ዓመት
4. የዳስ በዓል (ሱኮት)
5. ከሰማይ እሳት ወደ መሠዊያው መጣ፤ መሥዋዕቱንም አቃጠለ

አጭር የመጽሐፍ ቅዱስ ጥያቄ፦ ሰሎሞን ቤተ መቅደስ ሊሠራ ነው

1. የጥድና የዝግባ ሳንቃ
2. 30,000 ሰዎች
3. በኢየሩሳሌም ያለው የሞርያ ተራራ
4. ኢያኪንና ቦዔዝ
5. ስድሳ ክንድ ርዝመት፣ ሃያ ክንድ ስፋት፣ ሰላሣ ክንድ ከፍታ
6. የዝግባ ሳንቃ
7. ወርቅ
8. ሰባት ዓመት
9. ቅድስተ ቅዱሳን ውስጥ
10. 22,000 ከብቶች፣ 120,000 በጎች

መሥሪያ ገጽ፦ የኢየሩሳሌም ከተማ

1. በኢየሩሳሌም ሰሎሞን እምነቱን የሚወክል የመጀመሪያውን ቤተ መቅደስ ሕንፃ ሠራ።
2. በንጉሥ ሰሎሞን ዘመን በኢየሩሳሌም የሚያልፈው ዋናው የንግድ መስመር የምሥራቅን ቅመማ ቅመምና ሐር፣ የአፍሪካን አህጉር ወርቅና የዝሆን ጥርስ መተላለፊያ መንገዶችን የሚያገኝ ነበር
3. ልጆቹ ለዚህ ጥያቄ መልስ እንዲሰጡ ጠይቃቸው፣ መልሱ ሊለያይ ይችላል

መሥሪያ ገጽ፦ ሰሎሞን ቤተ መቅደስ ሊሠራ ነው

1. ወርቅ፣ ብር፣ መዳብ፣ ድንጋይና እንጨት
2. ንጉሥ ኪራም ለቤተ መቅደሱ እንጨት አቀረበ፤ ንጉሥ ሰሎሞን ንጹሕ የወይራ ዘይትና ስንዴ ሰጠው
3. ፊንቃውያን ግንዶቹን በአንድነት በማሰር ከባሕሩ ዳርቻ እስከ እስራኤል ምድር አደረሱት

የካርታ ሥራ፦ የሰሎሞን ቤተ መቅደስ

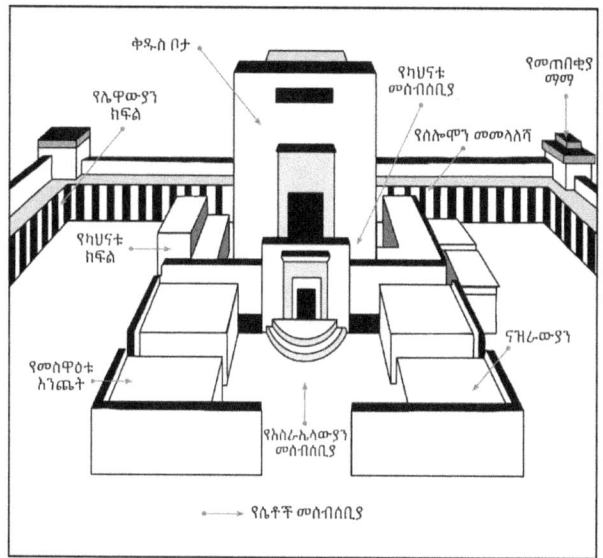

ቅዱስ ቦታ
የካህናቱ መሰብሰቢያ
የመጠበቂያ ማማ
የሌዋውያን ክፍል
የሰሎሞን መመላለሻ
የካህናቱ ክፍል
የመስዋዕቱ አንጨት
የእስራኤላውያን መሰብሰቢያ
የሴቶች መሰብሰቢያ

ትምህርት አራት፦ ሰሎሞን አሳሹ ጥያቄዎቹን እንከልስ፦

1. በሰሜን ከኤፍራጠስ ወንዝ፣ በደቡብ ግብፅ ድረስ
2. የፊንቃውያን ንጉሥ ኪራም
3. በቀይ ባሕር ዳርቻ ኤሎት አጠገብ የሚገኝ ዔጽዮን ጋብር
4. ፊንቃውያን መርከበኞችና የንጉሥ ሰሎሞን ሰዎች
5. ወርቅና ብር፣ የዝሆን ጥርስ፣ ዝንጀሮና ፒኮክ

አጭር የመጽሐፍ ቅዱስ ጥያቄ፦ የንጉሡ መርከቦች

1. ንጉሡ ኪራም
2. ዔጽዮን ጋብር
3. ባሕረኞች/መርከበኞች
4. በየሦስት ዓመት አንዴ
5. ወርቅ፣ ብር፣ የዝሆን ጥርስ፣ ጦጣዎችና ፒኮኮች
6. 420 ታሌንት ወርቅ
7. ወርቅ
8. እግዚአብሔር

ስለ ፊንቃውያን፦ ፊንቃውያን እነማን ነበሩ?

1. የፊንቃውያን መርከቦች 6,500 ቶን ይመዝኑ ነበር፤ ከሌላው ሸክም ጋር 600 መንገደኞች ይይዙ ነበር።
2. ቀደም ሲል ፊንቃውያን ከሰሜን አሜሪካ ሕንዶች ጋር የነበራቸውን ግንኙነት ለማመልከት ታሪክ አጥኚዎች ፖሊዮ ዕብራይስጥ ጽሑፎችን፣ (አሥሩ ትእዛዞችን ጨምሮ) ጥንታዊ የመዳብ ሳንቲሞችን፣ የፈረሱ የማምለኪያ ቦታዎችንና የአይሁድ ባሕሎችን እንደ ማስረጃ ያቀርባሉ። ለምሳሌ ከሜይን ባሕር ዳርቻ አሥር ማይል ርቆ የሚገኘው ሞሔንጋን ደሴት በሴልቲክ ኦጋም የተጻፈ አንድ የድንጋይ ላይ ጽሑፍ፣ ከፊንቄ ለሚመጡ መርከቦች ዕቃ ማራገፊያ የሚል ይነበባል። ከእነዚህና ከሌሎች ጽሑፎች እንዲሁም ስለ ፊንቃውያን የባሕር ላይ ጉዞ ከሚያመለክቱ ሰነዶች ጥናት በመነሣት የታሪክ ምሁራን በአሜሪካና በሜዲትራንያን መካከል ከ 400 ዓመት ከክርስቶስ ልደት በፊት ታዋቂ የንግድ መስመር ለመኖሩ ድምዳሜ ላይ ደርሰዋል።

መልስ መስጠት፤ ከለር መቀባት፦ የንጉሡ መርከቦች

1. ጽዮን ጋብር
2. ባሕረኞች /መርከበኞች
3. 420 የወርቅ ታላንት

ስለ ንጉሥ ሰሎሞን ፈጣን መርከቦች

1. ሰሎሞን ፈጣን መርከቦቹን በስተ ምሥራቅ፣ ወደ ሕንድ ውቅያኖስ፣ በስተ ምዕራብ በአትላንቲክ ውቅያኖስ ወደ ሰሜን አሜሪካ፣ በግብፅ፣ መተላለፊያ ወደ ሜድትራንያን ባሕር ይልካቸው ነበር።
2. መተላለፊያው 100 ማይል ርዝመትና 30-40 ያርድ ስፋት ነበረው
3. ዋናዎቹ የሜድትራንያን ኀይሎች በሰሎሞን መሪነት በአንድነት ተሰልፈው ነበር፤ ንጉሥ ዳዊት ከአሶርና ከሜድትራንያን ኀይሎች ጋር ባደረገው ውጊያ ዋናው ጠላታቸው (አሶር) ከመንገድ፣ 'ተወግዶ' ነበር። ከነበራቸው ታላቅ ኀይል የተነሣ የሚገዳደሩዋቸው ጠላቶች ስላልነበሩ እስራኤላውያን፣ ፊንቃውያንና ግብፃውያን አጋጣሚውን ዓለም አቀፍ አሰሳ ለማድረግና መንግሥታቸውን ለመመሥረት ሀብታቸውን ተጠቀሙበት።

መሥሪያ ገጽ፦ የዓለም ነጋዴዎች

የንግድ ዕቃዎቹ፦ ሐምራዊ ልብሶችን፣ የሸቱ ቀባቶችን፣ የብረት ሥራዎችን፣ ጨርቃ ጨርቆችን፣ የደረቁ ዓሣዎችን፣ ወይን ጠጅና ጨው፣ የመስታወት ዕቃዎችና ግንዶችን ያካትቱ ነበር።

ትምህርት አምስት፦ ንግሥተ ሳባ መልሶቹን እንከልስ

1. ሳባ
2. ከባድ ጥያቄዎች በማቅረብ ጥበቡን ለመፈተን
3. ንግሥቲቱ የሰሎሞንን ቤተ መንግሥት፣ ሀብቱንና ቤተ መቅደሱን አየች
4. ቅመማ ቅመሞች፣ ወርቅና የከበሩ ድንጋዮች
5. እግዚአብሔር ለሰሎሞን ጥበብ ሰጠው

አጭር የመጽሐፍ ቅዱስ ጥያቄዎች፦ የንግሥተ ሳባ ጉብኝት

1. ከባድ ጥያቄዎች በማቅረብ የሰሎሞንን ጥበብ ለመፈተን
2. ቅመማ ቅመም፣ ወርቅና የከበሩ ድንጋዮች የተጫኑ ግመሎች
3. ደስተኞች

4. የሰሎሞንን ቤተ መንግሥት፣ አገልጋዮቹን፣ ምግቡን፣ ጥበቡንና የቤተ መቅደሱን ስጦታዎች
5. አምላክህ እግዚአብሔር /አዶናይ ይባረክ
6. ኢየሩሳሌም
7. ቤርሳቤህ
8. ለቤተ መቅደሱና ለቤተ መንግሥቱ ምሰሶዎች፣ ለሙዚቃ መሣሪያዎች መሥሪያ
9. የፈለገችውን ሁሉ
10. ንግሥቲቱ ወደ አገሯ ተመለሰች

ከለር መቀባት፦ ንግሥተ ሳባ

1. ከባድ ጥያቄዎች በማቅረብ ሰሎሞንን ለመፈተን
2. ቅመማ ቅመም፣ ወርቅና የከበሩ ድንጋዮች የተጫኑ ግመሎች
3. ሰሎሞን ልቧ የወደደውን ሁሉ ለንግሥቲቱ ሰጣት

Jewish Voice
Ministries International

www.jewishvoice.org

www.ingramcontent.com/pod-product-compliance
Lightning Source LLC
Chambersburg PA
CBHW081340120626

46546CB00011B/3422